வெக்கை

பூமணி

டிஸ்கவரி பப்ளிகேஷன்ஸ்
எண்: 9, பிளாட் எண்: 1080A, ரோஹிணி பிளாட்ஸ்
முனுசாமி சாலை, கே.கே.நகர் மேற்கு,
சென்னை – 600 078. பேச: 99404 46650

வெக்கை (நாவல்)
ஆசிரியர்: பூமணி©

Vekkai (Novel)
Author: Poomani©

Printed in India
1st Edition: December 2017
6th Edition: Nov 2025
வெளியீட்டு எண்: 0032
Pages: 160
ISBN: 978-93-49113-18-3

Rs. 200

Publisher	Sales Rights
Discovery Publications No. 9, Plot,1080-A, Rohini Flats, Munusamy Salai, K.K.Nagar West, Chennai - 600 078. Mobile: +91 99404 46650	**Discovery Book Palace (P) Ltd** No. 1055-B, Munusamy Salai, K.K.Nagar West, Chennai-600 078. Ph: (044) 4855 7525 Mobile: +91 87545 07070

discoverybookpalace@gmail.com
WWW.DISCOVERYBOOKPALACE.COM

இந்த நூலில் வெளியாகியுள்ள எந்த ஒரு பகுதியையும் பதிப்பாளரின் எழுத்துபூர்வமான முன்அனுமதி பெறாமல் எடுத்தாள்வதோ, மறுவெளியீடு செய்வதோ, மொழியாக்கம் செய்வதோ, அச்சு மற்றும் மின்னணு ஊடகங்களில் மறுபதிப்புச் செய்வதோ, காப்புரிமைச் சட்டப்படி தடை செய்யப்பட்டுள்ளன. இந்த நூலிலிருந்து குறிப்பிட்ட பகுதிகளை மேற்கோள்காட்டி புத்தக விமர்சனம் செய்ய, ஊடகங்களுக்கு மட்டும் அனுமதி உண்டு.

உங்கள் கைபேசியிலிருந்து ஸ்கேன் செய்து 'டிஸ்கவரி புக் பேலஸ்' மொபைல் ஆப்பை பதிவிறக்கம் செய்து, புத்தகங்களை வாங்குங்கள்.

பூமணி
(1947)

தூத்துக்குடி மாவட்டம் கோவில்பட்டியருகே ஆண்டிபட்டி என்னும் சிற்றூரில் பிறந்தவர். தந்தை முகம் அறியாமல் தாயின் அரவணைப்பில் வளர்ந்தவர். விவசாயக் குடும்பம். கல்லூரிப் பருவத்திலேயே இலக்கியத் தளத்தில் எட்டுவைத்தவர். பலரைப்போல் கவிதையில் தொடங்கி சிறுகதை நாவல் கட்டுரை மொழிபெயர்ப்பு திரைப்படம் எனத் தளத்தை விரித்துக்கொண்டவர்.

தமிழ்ச் சிறுகதைகளுக்கும் நாவல்களுக்கும் சொந்த முகம் கொடுத்தவர்கள் என்று சிலரை வரிசைப்படுத்தினால் அதில் இவருக்கும் இடமுண்டு. மொழிவளம் நிறைந்த இவரது புனைவுகளில் மண்மீதான ரசனையும் பிரியமும் அமுங்கி அடித்தட்டு மக்களின் குரல்கள் ஓங்கியொலிப்பதைக் கேட்கலாம்.

சின்னத் திரைக்காகச் சில கதைகளையும் பேனாமுள் தயாரிப்புப் பற்றிய ஆவணப்படத்தையும் எழுதி இயக்கியுள்ளார். தேசிய திரைப்பட வளர்ச்சிக் கழகத்துக்காக தீப்பெட்டித் தொழிலில் குழந்தை உழைப்பை மையமாகக் கொண்டு ‘கருவேலம் பூக்கள்’ என்ற திரைப்படத்தை எழுதி இயக்கியுள்ளார். அது தமிழக அரசு விருது பெற்றது. சர்வேதசத் திரைப்பட விழாக்களில் கலந்துகொண்டது.

இவர் சாகித்ய அகாடமி விருது உட்பட பல விருதுகளைப் பெற்றவர். இவரது நூல்கள் ஆங்கிலம் இந்தி வங்காளம் பிரெஞ்சு மொழியில் பெயர்க்கப்பட்டுள்ளன.

தமிழக அரசின் கூட்டுறவுத் துறையில் அதிகாரியாகப் பணியாற்றி ஓய்வுபெற்ற இவர் தற்போது கோவில்பட்டியில் வசித்து வருகிறார்.

1

சிதம்பரம் நினைத்தது அப்படியில்லை. வலது கையை மட்டும் துண்டிக்கத் திட்டமிட்டிருந்தான்.

அரிவாளை அந்த வசத்துக்குப் பிடித்ததுதான். கொஞ்சம் முன்னால் தள்ளி விழுந்துவிட்டது. கையைத் தறித்து அரிவாள் நுனி விலாவில் பாய்ந்துகொண்டது. பையைக் கவ்வியபடி காலடியில் விழுந்த கையை எத்திவிட்டு அரிவாளைப் பிடுங்கி ஓடியபோது கசாப்புக் கடை ஆட்டுக் குரல்போல் அலறியடங்கியதைக் கேட்டான்.

இவ்வளவுக்கும் தெரு லைட்டுகள் அணைந்திருந்த ஆச்சரியத்தில் மெயின்ரோட்டில் ஓடியவன் யாரும் பின்தொடர்கிறார்களா எனத் திரும்பிப் பார்த்தான்.

கடைவீதியில் மெழுகுவர்த்திகள் மின்னின. இருளில் ரெண்டு பேர் சத்தமின்றி ஓடிவரும் அருவம் தெரிந்தது. அவர்களுக்குப் பின்னால் ஒரு பஸ் முக்குத் திரும்பியிருந்தது. அது வெளிச்சங்காட்டியதில் பின்தொடரும் உருவங்களைத் துல்லியப்படுத்திக்கொண்டான்.

வெளிச்சத்துக்கு விலகி ரோட்டோரம் வந்தான். புழுதி மண்ணில் அரிவாளைத் துடைத்தான். கையில் தேய்த்தான். நெற்றி வேர்வையை முன்கையால் தடவினான். இடுப்பில் தொங்கிய உறையில் அரிவாளை மாட்டினான். இன்னொரு பக்கம் சொருவியிருந்த துணிப் பொட்டணத்தை உருவி ஒரு கைக்குண்டை எடுத்து வசமாகப் பிடித்து பஸ் கடக்கும்வரை காத்திருந்தான்.

உருவங்கள் நெருங்கி வந்துகொண்டிருந்தன. நின்று நிதானித்து அவர்களைக் குறிவைத்து எறிந்தான். அது பலத்து வெடித்துப் புகைமண்டியது. தெம்பாக ஓடினான்.

இனி எவனும் பின்தொடரமாட்டான். ஓட்டத்தைக் குறைத்து மெயின்ரோட்டுத் திருப்பத்தில் தாவணிவீதியில் இறங்கி இருட்டில் மறைந்தான்.

குப்பைமேடுகள் இடறின. மெதுவாக நடந்தான். மீதியிருந்த ரெண்டு கைக்குண்டுகளையும் துணியில் பொதிந்து இடுப்பில் கட்டிக்கொண்டான். ஒரு மரத்தடியில் மூத்திரம் மோண்டான். மூச்சிரைப்பு அடங்கியிருந்தது.

தன் கைப்படச் சுற்றிய குண்டுகள் சோடைபோகவில்லை. யானைவெடிபோல் பலமாக வெடித்தது. வைத்த குறி தைத்திருந்தால் ஓடிவந்தவர்கள் வீடு திரும்பியிருக்க முடியாது. அந்த இடத்திலேயே குதறிக் கிடப்பார்கள்.

ஊருக்குள் பழையபடி வெளிச்சம் தெரிந்தது. வெளிச்சம் படாத பகுதிகளில் ஊரைச் சுற்றி நடந்தான். மேச்பேக்டரிகளில் லாரிச் சத்தம் கேட்டது. இருட்டுவேளைகளில்தான் தீப்பெட்டிக் குரோஸ் கடத்துவார்கள்.

ஜின்னிங்பேக்டரி இரைந்தது. சந்தைக்கு வந்த சனங்கள் ரோட்டுவழியே பேசிக்கொண்டு போனார்கள். தரையில் வெள்ளி முளைத்ததுபோல் பக்கத்து ஊர்களில் வெளிச்சம். கிழக்குப்புறமாக மலையடிவாரத்துக்கு வந்தான்.

வீட்டுக்குப் போகத் தோன்றவில்லை. ஆனாலும் அய்யாவைப் பார்க்கணும். பார்த்தால் சத்தம்போடுவார்.

“சின்னப்பெயலுக்குத்தக்க கூறுகெட்ட வேல பாத்துட்டயே.”

கண்டிக்கத்தான் செய்வார். என்ன செய்வது, காரியம் மிஞ்சி விட்டது. வடக்கூரானை ஒற்றைக்கையுடன் நடமாட விட்டுப் பார்க்கவேண்டியது. விசயம் இப்படியாயிற்று. விலாவில் விழுந்த கொத்துக்கு ஆள் தப்பிக்க முடியாது. அவனை யாரும் பாவம் என்று சொல்லமாட்டார்கள்.

மலையடிவார ஊருணிக்கு வந்தான். கரையில் புளிய மரங்கள் இடைவெளியின்றி இருட்டைப் பரப்பியிருந்தன. ஊருணிக்குள் ஆளரவமில்லை. உட்கார்ந்து காதுக்கூர்மையில் கொஞ்ச நேரம் சுற்றிலும் பார்த்தான். வழக்கமான பாதைகளை விட்டுத் தனியான இடத்துக்குப் போய் இறங்கினான். அரிவாளைக் கழற்றி நன்றாகக் கழுவினான். கழுத்து வேர்வை கைகால்களைக் கழுவித் துடைத்தான். இப்போது ரத்தக்கவுச்சி தெரியவில்லை.

கரையேறியபோது மனசு கனத்திருந்தது. பலப்பல நினைவுகள் ஓடின.

தைரியமாக அடிவாரத் தெருக்கோடியை நோக்கி நடந்தான். ஓரமாகப் போய் மாமாவிடம் விசயத்தைச் சொல்லிவிடலாம். அவர் அய்யாவிடம் சொல்லிக்கொள்வார். மலையுச்சியில் கோயில்விளக்கு சுற்றிலும் மரம் செடிகளில் பிரகாசித்தது. தெருவோர நிழல்களில் ஆட்கள் நகர்ந்தார்கள். நின்று கவனித்தான். அதுக்குள் பேட்டரி வெளிச்சம் அவன்மேல் பாய்ந்தது. புரிந்துகொண்டு உடனே துண்டால் செண்டா காட்டினான். சற்று நேரத்தில் வேல்கம்போடு ஒரு உருவம் வந்தது.

"ஆரது."

"நம்மாளுதான்."

"நம்மாளுதான்னா... பெரிய மனுசனா... வாங்க வாங்க."

மாமா சந்தோசமாயிருந்தார். அவனை அணைத்தபடி அழைத்துப்போனார். வேம்படியில் இன்னும் சிலர் நின்றிருந்தார்கள். அவன் ஒவ்வொருத்தராக அடையாளம் பார்த்தான்.

"ஏன் மாமா எல்லாரும் இங்க நிக்கீக."

"நீ பண்ணுன காரியத்துக்கு வேற எங்க நிக்கிறது."

"நான் என்ன பண்ணுனென்."

"அப்படியா. ஒண்ணும் பண்ணலயாக்கும். பெறகெதுக்கு இந்த இருட்ல இப்படி வாறீகளாம்."

"சும்மா வெளிக்குப் போயிருந்தென்."

எல்லாரும் மெல்லச் சிரித்தார்கள். மாமா அவன் முதுகில் தட்டுவதுபோல் இடுப்பையும் தடவினார். அரிவாள் உறையைக் கண்டுபிடித்துவிட்டார்.

"வெளிக்குப் போறவுகளுக்கு இது எதுக்கோ."

"கைகாவலுக்குத்தான். அந்தப் பக்கம் கைவைக்காதீங்க வேற சரக்கு இருக்குது."

"ஒங்கய்யா சொன்னது சரியாத்தான் இருக்கு. கல்மனசுடா. இம்மிகூடப் பிதுங்கமாட்டங்குது."

"அவரு எங்க நிக்காரு."

"இங்க இல்ல."

"ஒங்கள வுட்டுட்டு எங்க போயிட்டாரு. நீங்க எதுக்கு இப்படி நிக்கீக."

“வடக்கூருலருந்து ஆளு வருதுன்னு சொன்னாங்க. அத என்னன்னு பாத்துறணுமில்ல.”

“அங்க எவன் இருக்கான் துணிஞ்சு வாறதுக்கு.”

“எதிரிய செவலக்குட்டி தீட்டியாச்சு. இனி எவனுக்குத் தைரியமிருக்கு.”

“செத்துட்டானா.”

“ஒனக்குத் தெரியாதா.”

“ஓங்களுக்கு ஆரு சொன்னது.”

“எல்லாம் எங்களுக்குத் தெரியும்.”

“அய்யாவுக்குத் தெரியுமா.”

“அவரு பெத்த புள்ளதான நீ.”

அவன் மௌனமானான். மாமா அவன் தலையை வருடினார்.

“நாங்க இருந்து எதுக்கு. இந்நேரம் அவன் குடும்பத்தவே கரு வறுத்துருக்கணும். அதுக்கு நேரம் வாய்க்கல. சும்மா சும்மா சாரா யத்தக் குடிச்சிட்டு பெரிசா ஏப்பம்போட்டு லாத்துனதுதான் மிச்சம். பதினஞ்சு வயசாகல. நீ எங்களப் பொட்டப் பெயலாக்கீட்ட. மூஞ் சியிலகூட முழிக்காம தலைய ஓட்டீட்டுப் போறாரு ஓங்கய்யா.”

மற்றவர்கள் இருட்டில் கவனித்தபடி லாந்தினார்கள். அவன் மாமாவின் கையைப் பிடித்திருந்தான்.

“போலீஸ் வந்தாங்களா.”

“இப்பக்குள்ள எங்க வரப்போறாங்க. செத்துக் கெடக்கிற சனியனத் தூக்குறவரைக்கும் காத்துக் கெடப்பாங்க. அப்படியே வந்தாலும் வரட்டும். ஆளெல்லாம் ஓசாராத்தான் இருக்காங்க.”

“போலீசுக்குத் தெரிஞ்சா வரத்தான் செய்வாங்க.”

“அந்தக் கூட்டத்துல எவன்னு கண்டான்.”

“கூட்டம் ரெம்ப.”

“வசமான எடத்துல அமஞ்சிருக்கான்.”

“ரெண்டு மூணு எடத்துல அமச்சுப்பாத்தென். அமையல. சவரக் கடைக்குள்ள சாந்துட்டுக் கெடந்தான். உள்ள போயி கண் ணாடியில தலசீவுற சாக்குல வசம்பாத்தென். தோதில்ல. அடிச்சா கழுத்துலதான் அடிக்கணும். கடக்காரன் பாவம். பெழப்புப் போயிரும். அடிச்சாலும் தப்பிக்கிறது கஸ்டம். கெழக்க திரும்புனா போலீஸ்டேசன். எவனாச்சும் வாசல்ல நிப்பான்.”

“அப்படி எடத்துல பண்றது தப்பு.”

“ஓட்டல்லவச்சு வளச்சென். தின்னுட்டு வெளிய வந்து ஏப்பம் போட்டுட்டு நின்னான். ஆனா கைரெண்டும் முன்னால வச்சு வெத்தல போட்டுட்ருந்தான். நான் முடிவுபண்ணுனது கைதான். காலுல போட்டா வீட்ல கெடந்துக்கிருவானே. இங்க வர முடியுமா.”

“கடசிக்கு கோயில் வீதி முக்குலதான் அமஞ்சானாக்கும்.”

“அது நல்ல எடமாத் தோணுச்சு. தப்பிக்கிறதுன்னாலும் தெக்காம ஓடி தாவணிவீதியில மறஞ்சிறலாம். சேவுக்கடையில என்னமோ வாங்கீட்டுத் தோதா நின்னான். அது பாருங்க நான் ஓங்குன நேரம்பாத்துப் பின்வாங்கீட்டான். அருவா வெலாவுக்குத் தாவீருச்சு. புடுங்குறதுக்குள்ள சங்கடமாப்போச்சு.”

“அருவா போனாப் போகுதுன்னு ஓடீறணும். கூட்டமான எடத்துல கிட்டருந்து செய்றது நல்லதில்ல. ஒருநேரத்தப் போல ஒருநேரம் இருக்காது.”

“குண்டெடுத்து முதுகுல எறிஞ்சிட்டுக் கெளம்பீறலாம்னுகூட நெனச்சென். நான் செஞ்ச குண்டு ஒருவேள வெடிக்கலன்னா எல்லாம் வம்பாப்போகும். நான் திட்டம்போட்டது வலதுகைய எடுத்து லாந்தவுடணும்னு. என்ன வந்தாலும் சரின்னு அருவாளப் புடுங்கீட்டு ஓடுனென்.”

“குண்டுவேற எறிஞ்சிருக்கயே.”

“நானே ஒரு வெருச்சியில ஓடுறென். அது தெரியாம பின்னால ஓடிவாறான் ரெண்டுபேரு. வம்புதான. போலீஸ்காரங்களாக்கும்னு பாத்தென். காலுச்சத்தம் பெரிசாக் கேக்கல. ஒரு எடத்துல நிப்பாங் கன்னு பாத்தா நிக்கல. அதுக்குப் பெறகுதான் குண்டெறிஞ்சன் அவங்களவும் தீட்டீற வேண்டியதான்னு. என்னப் புடிக்கிறவங்களா. குண்டு பாருங்க எக்கச்சக்கமா வெடிச்சிருச்சு. மேல வுழுந்துருந்தா செத்தான். என்னன்னு தெரியல. ஓடி சுத்திவந்து ஊருணியில கழுவீட்டு வாறென்.”

“குண்டுக்குத் தப்பிச்சிட்டாங்க. நாளைக்கு எவங்கன்னு வெசாரிக்கணும். நீ எங்கிட்ட ஒருவார்த்த சொல்றதுக்கென்ன.”

“எதுக்கு மாமா எல்லாருக்கும் தொறட்ட இழுத்து வைக்கணும். அய்யாட்டச் சொல்லலன்னாலும் ஒங்ககிட்டச் சொல்லியிருக்கணும். ஒங்களுக்குப் பின்னால நின்னு கைய வசம்பாக்கிற நேரமெல்லாம் சொல்லணும்னு நெனைக்கிறதுதான். இருந்தாலும் வேண்டாம்னு இருந்துட்டென்.”

“அது வேற நடந்ததா.”

“ஒரு சாயலுக்கு அவன் ஒசரந்தான இருக்கீக.”

“நடந்த சங்கதிய ஓங்கய்யா கவனிச்சிருக்காரு. கத முடிஞ்சதும் ஓடி வந்து நம்ம செவலக்குட்டி மொசலெடுத்துருச்சுன்னு அவசரமாச் சொன்னாரு. எனக்கு ஒண்ணும் புரியல. பெறகு வெசயத்த வுட்டாரு.”

“சொல்லிவச்சதுபோல எல்லா லைட்டும் அமந்துபோச்சு. அரு வாள வேட்டிக்குள்ள மறச்சுக்கிட்டு விறுவிறுன்னு போறென் பாருங்க இருட்டாப்போச்சு. சேவுக்கடக்காரன் மொழுகுவத்தியப் பொருத்துனான். வடக்கூரான் அதவே கவனிச்சிட்ருந்துட்டு யேவாரம் வாங்குறதுக்குக் கைய நீட்னான். ஒரே போடு அவ்வளவுதான்... அய்யா எங்க போயிருக்காரு.”

“ஆத்தாவ ஊருக்கு அனுப்பீட்டு அப்படியே ஒரு எடத்துக்குப் போறன்னு சொல்லீட்டுப் போறாரு.”

“ஆத்தா எந்த ஊருக்குப் போறா.”

“கெழக்க சித்தி ஊருக்கு.”

“தங்கச்சி.”

“அவளக் கொண்டுட்டுத்தான்.”

“வீடு.”

“சாமான் தவசம் எல்லாம் மணியக்காரரு வீட்ல போட்டு நம்ம வீட்டப் பூட்டியாச்சு.”

“நாயி.”

“அய்யாகூடப் போகுது. தாக்காட்டலாம்னு பாத்தென். நிக்க மாட்டங்குது.”

“அவருட்டயும் நிக்காதே.”

“ஒன்ன வரச்சொல்லியிருக்காருல்ல.”

“அப்ப நான் பெறப்புடுறென்.”

“ராத்திரிக்குத் தங்கீட்டுப் போ. நான் பாத்துக்கிறென். சாப் பிடாமச் செய்யாம இருட்டு நேரத்துல எப்படி அலைவ. அத்த சத்தம்போடுவா. அப்பதயேவச்சு புள்ளையெங்க புள்ளையெங்கன்னு அழுதுசாகிறா.”

“நான் நேரத்தோட சாப்பிட்டாச்சு. இனி வேணாம். அத்தயிட்டச் சொல்லீருங்க. இந்தானக்கிக் கௌம்பீறென்.”

இதுக்குள் மாமா ஆளனுப்பி அத்தையை வரச்சொன்னார்.

அத்தை வந்ததும் சாப்பிடச்சொன்னாள். அவள் குரல் அழுது ஓய்ந்திருந்தது. அவன் வீட்டுக்குப் போகவில்லை. அத்தையிடம் தண்ணீர் கேட்டான். பக்கத்து வீட்டுக்குப் போய்க் கொண்டு வந்தாள். குடித்துவிட்டுக் கிளம்பினான். மாமாவும் ரெண்டுமூணு பேரும் ஊருணியைத் தாண்டிவந்து வழியனுப்பினார்கள். அவர்கள் ஆயுதம் வைத்திருந்தார்கள். இருட்டில் அடையாளம் பார்த்தான். அய்யனாரண்ணன் கருப்பையா மச்சான் ஒற்றைக்கையில் கம்புடன் கார்மேகச் சின்னையா. மாமா கிட்ட வந்தார்.

"நானும் வரட்டுமாப்பா."

"வேணாம் மாமா. எல்லாம் வெளியேறீட்டா எப்படி. ஊருல யும் ஆளு வேணும்."

கார்மேகச் சின்னையா கம்பைத் தோளில் சாத்தி ஒற்றைக்கையால் வேட்டிக்கட்டை ஏந்திக்கொண்டார்.

"நாங்க இருக்கொம் பாத்துக்கிருவொம்."

"மாமா இங்கயே இருக்கட்டும்."

மாமா மறுக்கவில்லை.

"வடக்கோடையத் தாண்டி இடிகெணறு இருக்குதுல்ல. அங்கதான் அய்யா இருப்பாரு."

"நான் போயிருவென். நீங்க நடங்க."

ஊருணிக்கு வடக்கே வண்டிப்பாதை கோடுகளாகத் தெரிந்தது. அவன் அதில் நடக்கவில்லை. செடிசெத்தைகளுக்கு நடுவில் குறுக் காகப் போனான். ஓடையை அடைவதற்குள் இரு தடவை முள் தைத்துப் பிடுங்கினான். மறுகரையில் பனைக்கும்மல். அய்யா இருக்க வேண்டிய இடம் அதுதான். கும்மலுக்குள் தேடிப்பார்த்தான். ஆள் தட்டுப்படவில்லை. நின்று அருவங்கேட்டான். கும்மலைத் தாண்டி நாய் முனக்கம் கேட்டது. அந்தத் திசையை நோக்கிப் போனான்.

இடிகிணற்றுக் கமலைக்கல்லில் ஆள் உட்கார்ந்திருப்பது தெரிந்தது. லேசாக இருமினான். அங்கிருந்தும் செருமல் வந்தது. கிட்டத்தில் போனதும் நாய் முனங்கிக் குதித்தது. உறுமலை அடக்குவதற்காக அய்யா தடவிக்கொடுத்தார். அவன் எதிர்க் கல்லில் உட்காரவும் நாய்க் கழுத்தில் கட்டியிருந்த துண்டை உருவிக்கொண்டார்.

அவனுக்குப் பேசத் தயக்கமிருந்தது. அய்யாவை ஏறிட்டுப் பார்க்காமல் நாயைத் தடவினான். அது கல்மேல் ஏறி அவன்

மூஞ்சியெல்லாம் நக்கியது. அதன் வாலாட்டல் அவன் முதுகில் அறைந்தது.

அய்யா பின்னாலிருந்த செடிகளை விலக்கிப் பார்த்தார்.

"இந்த எடத்த ஆரு சொன்னது."

அவன் குனிந்திருந்தான்.

"மாமா."

"எங்க பாத்த."

"நம்ம தெருவுல."

"தெருவுல எதும் நடக்கலயே."

"இல்ல. எல்லாரும் தயாரா நிக்காங்க."

"நேர தெருவுக்குப் போகலாமா நீ."

"ஊருணிப் பாதையிலதான் போனென். எதுப்புலயே ஆளுக நின்னாங்க."

"எங்க நின்னாலும் தெருவுக்குப் போறது தப்பு."

"வெசயத்தச் சொல்ல வேணாமா."

"எப்பச் சொல்றது. எல்லாம் நடந்துமுடிஞ்ச பெறகா. அந்த யோசன மொதல்லயே தோணியிருக்கணும். பெரிய மனுசங்களாயிட்டீக. நம்மதான் கண்டறிஞ்சுக்கிற வேண்டியிருக்கு. வெட்டு வெலக்குத் தெரியாம எறங்கி எக்குத்தப்பா மாட்டி லாவநட்டம் வந்தா என்னாகிறது. ஏற்கெனவே மூத்தவனவும் வங்கொலையாச் சாகக்குடுத்தாச்சு. நீ ஒருத்தன்தான் இருக்க. ஒன்னவும் பறிகுடுத்துட்டு நாங்க பெழைக்கவா. மொதல்ல ஒன் அத்தைக்கும் மாமாவுக்கும் சொல்லி முடியுமா. அந்த மனுசி அழுதே செத்துருவா."

கமலைக் குழியில் நாய் அமைதியாகப் படுத்திருந்தது.

"நான் எதுக்கு மாட்றென்."

"ஏன் சொல்லமாட்ட. கெலிச்சிட்டயில்ல... எங்கிட்டச் சொல்ற துக்கென்ன."

"சொன்னா வேணாம்பீக."

"அவனச் செய்றதுக்குத்தானடா தவங்கெடந்தென். நீ முந்திக் கிட்ட."

"இத்தன வருசமாத்தான் அமச்சுப்பாத்தீக."

"நான் ஒரு ஏலமாட்டாறவன்... சரிசரி ஆரு செஞ்சா என்ன. அந்தப் பெய அண்ணைக்கு மூத்தவனக் கொன்னான். இண் ணைக்கு எளையவன் காவுகுடுத்துருக்கான். திங்கக் கெழம சந்தை யும்பொழுதும் கோயில் வாசலுக்கு நேர துள்ளூகெடா மாதிரில்ல வுழுந்தான். அவன இன்னேரவரைக்கு வுட்டுவச்சுப் பாத்ததே தப்பு. ஊருகள்ல ஒரு அட்டகாசமா பண்ணுனான்."

"ஒரு கையில்லாமப் பாக்கணும்னு நெனச்செசன்."

"அதெதுக்கு. இப்படிக் கணக்கத் தீக்கிறதுதான் சரி. ஒச்சப் பட்டாலும் சும்மாருக்க மாட்டான். போலீசுகள வெலைக்கு வாங்கீட்டு ஓயாமத் தொந்தரவுபண்ணுவான். மனுசன் நிம்மதியா இருக்க முடியாது."

"நீங்க எங்க நின்னீக."

அவருக்கு இந்தக் கேள்வி சூடாக இருந்தது.

"எங்க நின்னீகன்னா கேட்ட. சும்மா கேளு. அவ்வளவுக்கு நான் சாவட்டையாப் போகலப்பா. நடந்ததெல்லாம் வேடிக்க பாத் துட்டுத்தான் நின்னென்."

அவன் பேசவில்லை. இடிகிணற்றுச் செடிகளுக்கிடையில் திரிந்த எலி மோப்பத்தில் திமிறிய நாயைக் கட்டுப்படுத்திக் கொண்டிருந்தான். அய்யா தொடர்ந்தார்.

"நீ இருந்த இருப்பவே கவனிச்செசன். வேட்டி சட்டைய நல்லாத் தொவச்சு கோயிலுக்குப் போயிவந்த. நெத்தி நெறையா திருநீறு. தங்கச்சியத் தூக்கீட்டுப்போயி கடையில என்னென்னமோ வாங்கிக்குடுத்த."

"எண்ணைக்கும்போலத்தான்."

"அதெல்லாம் சும்மா. நாய்க்கு நேரத்தோட ஏன் சோறு போடச் சொல்லணும். ஆத்தா போட்டுக்கிறமாட்டாளா. சோறு போடுற சமயம்பாத்து ஒளிச்சுவுட்டுட்டு அருவாள எடுத்துட்டு நேர பசாருக்குக் கெளம்பீட்ட. இடுப்புல என்னமோ பெடப்பாருந்துச்சு."

"வழக்கமா வச்சிருப்பென்."

"அப்படின்னா ஆத்தா ஏன் இருப்புக்கொள்ளாம எங்கிட்டச் சொல்றா. சரின்னு நானும் அருவாள எடுத்துட்டுப் பின்னால வந்தென். சவரக்கடைக்குள்ள போன. சாப்பாட்டுக் கடையோரம் லாந்துன. ஒதுங்கி நின்னு கவனிச்சிட்ருந்தென். சேவுக்கடைக்கு எதிர்ல போனா காரியம் கெட்ரும்னு சத்தரத்து மறவுல நின்னுக் கிட்டென். வெளிச்சம்வேற மனசுல உறுத்துச்சு. ஒண்ணும் ஓடல.

டிரான்ஸ்பாரத்துப்பக்கம் போயி தட்டுத் தடுமாறி பீஸப் புடுங்குற துக்குள்ள பெரும்பாடாப்போச்சு. நீ வச்சகுறி தப்பலங்கவும் நான் எறங்கல. நீ தெக்காம ஓடீட்ட. நான் வீட்டுக்கு வந்துட்டென்."

"நீங்கதான் லைட்ட அமத்துனதா. சொல்லிவச்சாப்புல அமந்தது. எனக்கு ரெம்ப ஆச்சரியம். வெளிச்சத்துக்குக் கூச்சமாத்தான் இருந்துச்சு. இருட்டாகவும் தெம்பு வந்துருச்சு."

"ஏன் கேக்கமாட்ட எங்க நின்னீகன்னு. ஆமா ஒரு வேட்டுச் சத்தம் கேட்டுச்சே. அத எங்க சம்பாரிச்சயாம். மாமா குடுத்தாரா."

"நான் சுத்துனென்."

"அப்படியா. அதுதான் சோடா கம்பெனிக்குப் பின்னால பீங்கான் பெறக்கீட்டுத் திரிஞ்சயாக்கும்."

"அண்ணைக்கு நீங்க சுத்துறப்ப ரெண்டு கேட்டென். தர மாட்டன்னு சொல்லீட்டீக."

"இனி ஒங்கிட்டத்தான் நான் கேக்கணும்போலருக்கு."

வடக்கே வண்டிப்பாதையில் வெளிச்சம் மின்னியது. வடக் கூரிலிருந்து ஆட்கள் வந்துகொண்டிருந்தார்கள். வெளிச்சம் வேக வேகமாக லாந்தியது. அவன் நாயைப் பிடித்துச் சத்தம் போடாமல் பார்த்துக்கொண்டான். அய்யா தள்ளிப்போய் அருவங்கேட்டுவிட்டு வந்தார்.

"வடக்கூருக்காரங்களா."

"அவனுக்குச் செரச்சுத்திங்கிற பெயக. போலீசோட நாறப் பொணத்தக் காவலுருக்கப் போறாங்க."

"பொணத்தக் களவாண்டுட்டுப் போயி ஆரும் தின்னுருவாகளா."

"பயந்து பயந்து ஓடுறாங்க."

"இவங்க ஓடுறதப் பாத்து நம்ம தெருவுல ஆளுக சண்டைக்குக் கெளம்பீட்டா என்ன செய்றது."

"ஒங்க மாமா இருக்காரு. எல்லாம் பாத்துக்கிருவாரு."

"நம்ம இந்த எடத்துல இருக்கிறது நல்லால்ல."

"காரணமாத்தான் வந்தென். குறிப்பான உருப்படியத் தீத்துப் போட்டுட்டு நம்மபாட்டுக்குப் போயிட்டா எப்படி. ஊருக்குள்ள என்னமும் நடந்துபோனா பெரிய முட்டு வந்துசேரும். அதுக்காகத்தான். இங்க வந்தது. வடக்கூர்லருந்து ஆளுக வந்தா போயி நம்மாளுகளத் தயார்ப்படுத்திறலாம். ஊருக்குள்ள எதும் நடந்தா நம்ம எறங்கலாம்."

“இவனுக்கு எவன் வரப்போறான்.”

“அப்படிச் சொல்லாத. ஊருவுட்டு ஊரு செஞ்சிட்டாங்கன்னு அதுல ரெண்டுபெய முள்ளிவுட்டா வம்புதான. காரண காரியத்த எவன் நெனச்சுப்பாக்கப்போறான். இல்ல இவங்கிட்ட நெலத் தெல்லாம் பறிகுடுத்துட்டு இண்ணைக்குக் கோவணமும் கையுமாத் திரியிறத நெனைக்கப்போறாங்களா.”

“அப்படி வந்தா வரட்டுமே.”

“வந்துட்டுத் திரும்பியும் போவான்பாரு.”

பனைக்கும்மலில் ஆள்காட்டிப் பறவையின் கம்பிதட்டின ஒலி ரெண்டுமூணுமுறை கேட்டு மேற்கில் சென்றது. இடிகிணற்றுக்குள் சுவர்ப்பூச்சி இரையத்தொடங்கியிருந்தது.

இருவரும் மிதிகல்லில் அவசரமில்லாமல் கால்நீட்டி உட்கார்ந் திருந்தார்கள். நாய் உடனிருக்கும் தெம்பில் பேசிக்கொண்டிருந்தார்கள்.

“அருவாள எங்க போட்ருக்க.”

“போடலயே. நல்லாக் கழுவி பழையபடி இடுப்புல மாட்டிக் கிட்டென். குண்டு ரெண்டுருக்கு.”

“எங்கிட்டக் குடுத்துறயா வச்சிருக்கென்.”

“எங்கிட்டயே இருக்கட்டும்.”

“துணியில கறப்பட்ருக்கா.”

“அப்படியொண்ணும் தெரியல.”

“அதெதுக்கு. கழட்டு ரெண்டவும். இந்தா இதக் கெட்டிக்கோ.”

அய்யா பைக்குள் வைத்திருந்த வேட்டி சட்டையை எடுத்துக் கொடுத்தார். அவன் உடுத்திக்கொண்டு அரிவாளையும் குண்டு களையும் சொருவினான்.

“துண்டெடுத்துட்டு வந்தீகளா.”

“மத்ததெல்லாம் மாமா கொண்டுவருவாரு.”

“ஆத்தா தங்கச்சியக் கொண்டுபோயிருவாளா.”

“போகாம என்ன. ஊருக்குள்ள எறங்கப்போறா. அவளுக்கில்லாற தைரியமா. பொம்பளன்னுதான் பேரு. நம்மளவிட அவளுக்கு மனசு.”

ரோடுகளில் போக்குவருத்து வெளிச்சங்கள் குறைந்திருந்தன. அய்யா ஏதோ யோசனையில் ஆழ்ந்திருந்தார். அவன் மெல்லப் பேச்சுக்கொடுத்தான்.

“மாமா வாறாரான்னு பாத்துட்டு வரட்டுமா.”

அய்யா மிதிகல்லுக்கடியில் உட்கார்ந்து தீத்தெரியாமல் பீடிபற்ற வைத்து இரு கைக்குள் பொத்தியவாறு சுண்டினார்.

“ஓடக்கரைக்குப் போயி ஒரு ஒதுங்கல்ல நின்னு கவனி.”

நாயைப் பிடித்துக்கொண்டு புறப்பட்டான். ஓடைக்கரையில் செடிமூட்டு மறைவில் ரெம்பநேரம் காத்திருந்தும் மாமா வரவில்லை. கிணற்றுக்குத் திரும்பினான். அங்கே அய்யாவும் மாமாவும் பேசிக் கொண்டிருந்தார்கள். மாமா எந்த வழி வந்திருப்பார்.

“சுத்தி வந்துட்டீகளா மாமா.”

“எப்படியோ வந்துசேந்தென்.”

மாமா அவனை இழுத்து அருகில் உட்காரவைத்துக்கொண்டார். அவர்களது பேச்சை ஆர்வமாகக் கேட்க ஆரம்பித்தான்.

அவர்கள் பல விசயங்களைப் பேசினார்கள்.

மாமா போட்டிருந்த துண்டையெடுத்துப் போர்த்திக் கொண்டான்.

“குளிர ஆரம்பிச்சிருச்சா.”

அவன் அவர்களைக் கவனித்தான். முதலில் பணத்தைப் பற்றி முடிவெடுத்தார்கள். மாமா படக்கென்று சொல்லிவிட்டார்.

“என்ன மச்சான் நீங்க. இந்த நேரத்துல அதப்போயி பெரிசாப் பேசிக்கிட்டு. அதச் சமாளிக்க முடியாமயா கெடக்கப்போறொம். அந்தப் பேச்ச வுடுங்க அத்தோட.”

“அப்படியில்ல மாப்பிள. எங்களால ஒமக்குத்தான் காலம் பூரா தொறட்டாப்போச்சு. எத்தன நாளைக்குத்தான் கஸ்டப்படுவீரு.”

“பெரிய கஸ்டத்தக் கண்டுட்டாக. எம்புள்ள பண்ணுனா செலவு செய்யமாட்டனா. இருக்கிற ஒரு பையனவும் செயிலுக்கு அனுப்பீட்டு நம்ம காலாட்டித் திங்கலாம். காடுகரையெல்லாம் தீயவச்சுக் கொளுத்துனாலும் மனசு ஆறுமா. நீங்க என்னமோ வாய்க்குவெளங்காற பேச்சுப் பேசுறீகளே.”

அய்யா அமைதியானார். சற்றுநேரம் பொறுத்து ஒரு ‘உச்’ கொட்டினார்.

“ஏன் மாப்பிள, ஒளியிறதுக்கு ஊரவுட்டுக் கௌம்பணுமா என்ன. ஊரச்சுத்தி நாலஞ்சு எடத்துல தங்குனாப் போதாதா.”

“வீட்லருந்தா என்னன்னு கேளுங்களேன்.”

“எந்தப் பெய ஓடிவந்து காட்டிக்குடுக்கப்போறான்.”

“ஊருப்பக்கத்துல திரியிறது நல்லதில்ல மச்சான். ஆகாற காலத்துக்கு எவன் கண்ணாச்சும் பட்டும். எதுக்கும் வெளிய தங்குறதுதான் நல்லதுன்னு நெனைக்கென். நானும் கூட வரட்டுமா.”

“எங்களுக்குப் பயமா. என்னச் சொல்லும் மாசக்கணக்காக் கூட இருந்துக்கிருவென். இவனுக்காகத்தான் பாக்கவேண்டியிருக்கு... எப்படியானாலுஞ் சரி. நாங்க போறொம்.”

“அவனுக்காக ஒண்ணும் பாக்கவேணாம். ஒங்களுக்காகப் பாத்தாப் போதும்.”

“அப்ப அந்தப் பேச்ச வுடும். நீரு சொல்லிவுடாம ஊருப் பக்கம் எட்டிப்பாக்கிறதே இல்ல.”

“நீங்க போயிட்டா நாயி நிக்காதே.”

“கெழக்க ஓம்ம தங்கச்சிகிட்டக் கொண்டுபோயி வுட்ருவமா.”

அவனுக்கு இது பிடிக்கவில்லை. மாமாவும் விரும்பவில்லை.

“அவ்வளவு தூரத்துக்கு எப்படி மச்சான் கொண்டுபோறது... நீங்களும் கூட்டிட்டுப்போகத் தோதுப்படாது. வீட்லயே நிக்கட்டும். நிக்கிறது கஸ்டந்தான். சமாளிக்கணும்.”

“நீரு வீட்லருந்தா சமாளிச்சுக்கிருவீரு. கொஞ்ச நாளைக்கு நீரும் ஒளிஞ்சிருக்கணுமே.”

“நான் இருந்துக்கிருவென்.”

தலைமறைவாக இருப்பது அவனுக்குப் பெரிசாகத் தோன்ற வில்லை. தயங்கியவாறே நடுவில் வார்த்தை விட்டான்.

“ஏன் மாமா அய்யா எதுக்குக் கூடவரணும். அலச்சலுதான. நாயி என்னோட வந்துச்சுன்னா சமாளிச்சுக்கிறமாட்டனா. நீங்க இங்கருந்து காரியத்தப் பாக்கலாமில்ல.”

மாமா அய்யாவைப் பார்த்தார். அய்யா இருட்டை நோக்கி யிருந்தார்.

“நான் அவ்வளவுக்குக் கெழட்டுப்பெயலாப் போயிட்டனா. பேச்சுத்தினுசப் பாத்திரா.”

“நீங்க ஒண்ணு மச்சான். அவனுக்குத் தோணுற யோசனையச் சொல்றான்.”

அவன் சங்கடப்பட்டான். ஒண்ணும் பேசவில்லை.

கடைசிக்கு மாமா நாயை அழைத்துப்போவதாக முடிவாயிற்று. மாமா அய்யாவைத் தனியாகக் கூட்டிசென்று நிறைய பேசிக் கொண்டிருந்தார். நாயைச் சமாதானம்பண்ணி அனுப்பி வைப்ப தற்குள் கஷ்டமாகப் போயிற்று. மாமா புறப்படுமுன் அய்யாவிடம் கேட்டார்.

"மச்சான் சாமாங்கெல்லாம் கைவசம் எடுத்துட்டு வந்துருக்கீகளா? அவசரத்துல அயத்துட்டீகளா. எங்கிட்ட இருக்கிறதக் குடுத்துட்டுப் போகத்தான் கேக்கென்."

"பாத்தீரா நீரும் ஒம்ம மருமகன் கணக்காப் பேச ஆரம்பிச் சிட்டீரே."

"எல்லாம் இருந்தாச் சரி. கவனமா இருந்துட்டு வாங்க."

மாமா கிழக்குமுகமாக இருட்டில் மறையும்வரை அவன் நின்று பார்த்துக்கொண்டிருந்தான். நாயைக் கஷ்டப்பட்டு இழுத்துப் போனார். அவரிடம் துண்டைக் கொடுக்கக்கூட மறந்துபோயிற்று. அவர் கொடுத்துவிட்டுப் போன பைச் சுமையை அய்யா வாங்கிக் கொண்டார்.

அவர்கள் பிறகு இடிகிணற்றுக்குத் திரும்பவில்லை. பின்னிரவு கவிந்து குளிர ஆரம்பித்திருந்தது. காதுகளை மூடி இறுகத் தலைப்பா கட்டிக்கொண்டார்கள்.

கிழக்கில் கருப்புத்திரியாக நெளிந்துகிடந்தது ஓடை. அய்யாவுக்குப் பின்னால் ஓடைக்கரையில் நடக்கத் தொடங்கினான்.

2

செவ்வாய்க்கிழமை விடிந்துகொண்டிருந்தது. ஒரு ஊர் மந்தைவழியே ஓடையில் நடந்தார்கள். மந்தையில் சனநடமாட்டமிருந்தது. ஆட்கள் ஓடைக்கும் வரக்கூடுமென்று விரைந்தார்கள். போகப்போக ஓடை விரிந்து கம்மாயில் கலந்தது.

முகத்துவாரத்தில் நீர்ப்பிடிப்பான இடங்களில் நாணல் புதர் வளர்ந்திருந்தது. புதர் நடுவே நாணல் கருதுகள் லேசாக அசைந்தன. அவர்கள் நடந்த பாதையே கம்மாக்கரையாகத் தொடங்கியது.

அய்யாவிடம் பையை வாங்கிக்கொண்டு கருவமரத்தில் குச்சொடித்துப் பல்விளக்கினான். அய்யா கரையிறக்கத்தில் வெளிக்கிருந்தார். கம்மாயில் முகங் கழுவினார். அப்புறம் அவர் வந்து கரையில் நிற்க அவன் வேலைகளை முடித்தான்.

அவனுக்குப் பசியிருந்தது. சூரிய வெளிச்சம் மெல்லப் பரவிய தண்ணீரை அள்ளிக் குடிக்க முடியாத குளிர்ச்சி. முட்டுவரை நீருக்குள் நிற்பதில் நடைக்கடுப்பு தணிந்தது. உறக்கக் கலக்கம் போக முகங்கழுவினான்.

அய்யா மீண்டும் நடையைத் தொடங்கினார். அவருக்குப் பசி பொறுக்கும். சில சமயம் வெறும் வயிற்றில் சாராயம் ஊற்றிக்கொண்டு அசராமல் திரிவார். ராத்திரிக்குத்தான் சாப்பிடுவார். ஆத்தா முனங்கியபடி நடமாடுவாள். “கஞ்சி தண்ணியில்லாற போத வேண்டிக் கெடக்கோ நமக்கு” என்று தானாகப் பேசிக்கொண்டு ஒவ்வொரு பொருளையும் சத்தம் கேட்கும்படி எடுத்து வைப்பாள். அய்யா ஒரு வார்த்தை பேசமாட்டார்.

அவன் இதையெல்லாம் கண்டுகொள்வதில்லை. மெல்ல நழுவி மாமா வீட்டுக்குப் போய்விடுவான். அத்தையிடம் போய் நிற்பான்.

அவள் சோறுபோட்டு அருகிலிருந்து பிசைந்து கொடுப்பாள். அங்கேயே பாய்விரித்துத் தருவாள். அவன் உறங்கிவிடுவான். இப்படிப் பல நாட்கள் நடக்கும்.

கம்மாக்கரை கலிங்கலோடு முடிந்திருந்தது. அந்த மறுகால் ஓடை அடுத்த ஊர்க் கம்மாய்க்குப் போனது. கலிங்கலுக்கு எதிரே கம்மாய்க்குள் அடர்ந்துநின்ற மரக்கூட்டங்களைக் கவனித்துக் கொண்டே போனார் அய்யா. கலிங்கலில் இறங்கித் திரும்பினார்.

"வயித்துக்கு என்ன செய்றதுப்பா."

"எனக்குப் பசியில்ல."

"எனக்குப் பசிக்குதுன்னு வச்சுக்கிருவமே."

"பக்கத்தூருக்குப் போயி எதாச்சும் வாங்கீட்டு வரணும்."

அவன் கலிங்கலில் நீரரித்த பள்ளங்களைப் பார்த்தபடி நின்றான்.

"துட்டு வேணுமே."

"எங்கிட்டக் கொஞ்சம் இருக்கு."

"ஒஞ்சம்பாத்தியமா."

"ஒவ்வொரு நாளைக்கு மாமா குடுப்பாரு."

அய்யா கலிங்கலில் உட்கார்ந்தார்.

"உக்காரு இப்படி. மாமா பைக்குள்ள எதாச்சும் வச்சிருக்காரான்னு பாப்பொம்."

அவர் பையை அவுத்தார். முதலில் வேட்டி சட்டைகள் இருந்தன. ஒரு துணிப் பொட்டணத்தை விரித்தார். கட்டுச்சோறு தெரிந்தது. இன்னொரு துணிப் பொட்டணத்தில் உப்புப் புளி வத்தல் வெங்காயம். பைக்குள் மீதி அரிசி.

இவ்வளவு சாமான் இருக்குமென்று அவன் நினைக்கவில்லை.

"அதனாலதான் பையி அம்புட்டுக் கனத்ததாக்கும்."

"இவ்வளவும் ஒன் அத்த செஞ்ச வேல."

அதுக்குள் அத்தை எவ்வளவு காரியம் செய்துமுடித்திருக்கிறாள். ஒவ்வொண்ணும் யோசனையுடன் நிதானமாக படபடப்புக்கிடையே அழுகையுங்கண்ணீருமாக சாமான்களை எடுத்துவைத்திருக்கணுமே.

வீட்டுக்குப் பொங்கின சோற்றைக் கட்டிக்கொடுத்திருப்பாள். ராத்திரி அவர்களுக்குக் காணாத சோறுதான். அத்தை இருந்த இருப்பைப் பார்த்தால் சாப்பிட்டிருக்கமாட்டாள். நல்ல நேரத்திலேயே

ஒழுங்காகச் சாப்பிடுவதில்லை. அடம்பிடித்து முரண்டுபண்ணினால் பானையைத் திறப்பாள். சொல்லிவிட்டு வந்திருக்கலாம்.

கட்டுச்சோற்றைப் பிட்டுப் பார்க்கையில் நடுவில் கத்திரிக்காய்க் கூட்டு சுவர்ந்துபோயிருந்தது. வயிறுநிறையச் சாப்பிட்டு முடித்தார்கள். அவன் சோற்றை நொரண்டியபோதெல்லாம் அய்யா கடிந்துகொண்டார். சோற்றுத்துணியைக் கழுவிக்கொண்டு வந்தான் அவன். அய்யா சின்ன ஏப்பம்போட்டார்.

“நடப்பமா.”

“இனி எங்க போகணும்.”

“எங்க போகலாம் சொல்லேன்.”

“ஊரவுட்டுக் கௌம்புன பெறகு எங்கயாச்சும் போயித்தான ஆகணும்.”

தெற்கில் மலையடிவாரத்திலிருந்து ஓடையொண்ணு கிளைத்துக் கம்மாய்க்கு வந்தது. அய்யா மலையை நோக்கி வெறித்திருந்தார். சற்றுத் தூரம் நடந்தால் மலையை எட்டிவிடலாம்.

நடுவில் பெரிய மலை. உச்சியில் ஒரு கோணல். அதைச் சுற்றி மொட்டைப் பரும்புகள் குடைக்காளானுக்குத் துணைக் காளான்கள் மாதிரி. உக்கிரப்படாத வெயில் மலைப் பரப்பில் நிழலை இன்னும் கலைக்கவில்லை. அய்யா கேட்டார்.

“இண்ணைக்குப் பொழுத மலையில கழிப்பமே.”

“அப்ப நடையவுடுங்க அங்க.”

ஓடையிலிருந்து விலகி ஒரு பரும்பில் ஏறினார்கள். வழியில் கள்ளிச்செடிகள் படர்ந்துகிடந்தன. அங்கங்கே பந்துகட்டிய சூரஞ் செடிகள். பின்னிச் சுருண்டிருந்த இலந்தைகள். விராலி மூட்டில் நெடுக வளர்ந்திருந்த பூலாத்தி விளாரை அவன் இணுங்கினான். சிலும்புகளை அருவிப் பார்க்கையில் விளார் கம்புமாதிரி ஓராள் உயரத்துக்கு இருந்தது. விராலி மணம் கம்மென்று பரவியது.

அய்யா காரஞ்செடியருகே நின்று பழங்களைப் பிடுங்கி நமட்டினார். அவனுக்கும் கொடுத்தார். தானாகப் பழுத்த பழம் தித்திப்பாயிருக்கும். பழுக்கவில்லையென்றால் சீனிக்கல்லைப் போட்டுக் குலுக்கணும். நாவறட்சி நேரங்களில் நமட்டிக்கொண்டிருந்தால் தாகமே தோன்றாது. சூரம்பழம் அப்படியில்லை. கனியப் பழுத்தாலொழிய தின்பதற்கு நன்றாயிருக்காது.

காரம்பழம் நிறைய பிடுங்கி துண்டு நுனியில் சிறு கொங்காணி செய்து போட்டுக்கொண்டான்.

ஊரில் காரம்பழம் தின்பதற்கென்றே கோயில் மலையில் ஏறி அலைவதில் ஒரு சந்தோசம். காரம்பழமென்றால் தங்கச்சிக்கு உயிர். எலிமாதிரி மெனக்கிட்டுக் கொறிப்பாள். வேறு தின்பண்டம் தேவையில்லை. அய்யா பூந்தி வாங்கிவருவார் சில சமயம். அதைக் கூட வாங்குவதில்லை.

"பெரியமனுசிக்கு மலையிலருந்து சரக்கு கொண்டாந்து குடுத்துருக்கானாக்கும் அண்ணக்காரன்."

அவர் சிரித்துக்கொண்டே போவார்.

பரும்பைக் கடந்து பெரியமலை உச்சிக்கு ஏறுவதில் தொடைச் சதை கடுத்தது. காரம்பழக் கொட்டையை எரிச்சலில் துப்பினான். தொண்டை கம்மியது. இடுப்பில் மாட்டியிருந்த அரிவாள் காலில் அழுத்தியது.

அய்யா மெதுவாக ஏறிக்கொண்டிருந்தார். அவர் அரிவாள் வைத்திருப்பதாகத் தெரியவில்லை. கக்கத்தில் தொங்கப்போட்ட சாயலில்லை. விசாலமாக நடந்தார். இடுப்பில் வங்கி சொருவி யிருப்பார்.

பக்கத்தில் விறகு வெட்டும் சத்தம் விட்டு விட்டுக் கேட்டது. செடிக்கும்மல்களில் கொண்டைக்குருவிகள் குரலைக் கொப்புளித்துக் கொண்டு தாவின.

அய்யா திரும்பிப் பார்த்ததைக் கவனித்தவன் வேகமாக நடந்தான். அவரிடம் மலையுச்சிக்குப் போகவேண்டிய அவசியத்தைக் கேட்க நினைத்தான். உச்சிக்குப் போவதைவிட சரிவுப் பகுதியில் கல் பொந்துபோல் மறைவான இடங்களில் தங்கலாம்.

அய்யா நிழலுக்கு ஒதுங்கியிருந்தார்.

"ஏன் ஒருமாதிரியா இருக்க. காலு வலிக்குதா. மலங்காட்ல செருப்பில்லன்னா காலத் தின்னுரும்."

அவனும் நிழலில் நின்றான்.

"காலெதுக்கு வலிக்குது. அலையாற மலங்காடா. நீங்க செருப்பா போட்ருக்கீக."

"என்னச் சொல்றயா. இது அலஞ்சு ஓஞ்ச காலு. நீ நேத்துப் புள்ள."

அய்யா அவன் தலையைக் கோதும்போது வேர்வைப் பிசுபிசுப்பில் லேசான காற்று குளிர்ந்தது.

“மதிய வெயில்கூட இம்புட்டு ஒறைக்காது. வா படக்னு ஓசரப் போயிருவொம்.”

“உச்சியிலயே தங்கிக்கிறவா.”

“அங்க தங்கப்புடுமா. அந்தப் பக்கம் எறக்கத்துல ஒரு எடம் பாக்கலாம். அதான் பாதுகாப்பு. மொதல்ல உச்சி மலையிலருந்து எல்லாம் நோட்டம் பாத்துக்கிட்டம்னா சந்தேகமில்லாமப்போயிரும். எந்தக் காரியத்துலயும் சந்தேகத்துக்கு எடமிருக்கப்புடாது.”

மலையுச்சியை எட்டியபோது வெயில் சூடேறியிருந்தது. கீழிருந்து பார்க்கையில் தோன்றியதுபோல் உச்சிப்பரப்பு ஒரு சீராயில்லை. பாறைகள் ஒண்ணுமேல் ஒண்ணு நின்றன. இன்னொரு புறம் சுமைதாங்கிபோல் மூணு பாறைகள். அய்யா அதன் நிழலில் சாய்ந்துகொண்டார். அவன் அருகிலுள்ள கோணப்பாறையில் ஏறி வளைவில் உட்கார்ந்தான். அந்த இடம் உட்காரவும் அதே சமயம் சுற்றிலும் கண்ணுக்கெட்டிய வரை பார்க்கவும் தோதாயிருந்தது.

படம்போட்டதுபோல் சுற்றுக் கிராமங்களும் நிலங்களும் தெளிவாகத் தெரிந்தன. அங்கங்கே கோடுகளாகப் பாதைகள். வளைவான குளக்கரைகள். நிலத்திற்கேற்ப நிறம் மாறிக்கிடந்த குளத்து நீர். தெற்குப்புறம் மட்டும் இதே உயரத்துக்கு இன்னொரு மலை மறைத்திருந்தது.

ஊர்மலையைத் தேடினான். உச்சியில் கோயில் வெள்ளைப் புள்ளியாகத் தெரிந்தது. ஊரிலிருந்து வரும் ரோடு நெடுக செடி முளைத்தமாதிரி மரவரிசைகள். மர இடைவெளிகளுக்குள் கார்கள் எலியோட்டம் ஓடின.

மலையடிவாரங்களில் ஆட்டுக் கூட்டங்கள் வரத் தொடங்கி யிருந்தன. பரும்புப் பகுதிகளில் மாடுகள் நகர்ந்தன.

அய்யா கையலைத்துக் கூப்பிட்டார். அருகில் போய் உட்கார்ந்தான்.

“ஆடுமாடுக வந்தாச்சு. நான் உள்பக்கம் எறங்கி எடம் பாத்துட்டு வாறென். நீ ஆடு மேய்க்கிற சாயலுக்கு இங்க லாந்து.”

“நீங்க போங்க. நான் எங்கயாச்சும் போயித் தண்ணி குடிச்சிட்டு வந்துறென்.”

“எனக்கும் தவிக்குது. எறக்கத்து ஓடையில கெடக்குதான்னு பாக்கென்.”

“நான் கெணத்துக்குப் போறென்.”

“கீழ எறங்கி மறுபடியும் ஏறவா.”

"இனியெங்க ஏற. கீழ ஒரு எடஞ் சொல்லுங்க அங்க வந்து சேந்துறென்."

அய்யா யோசித்தார்.

"சேருறது சரியே. மதியம் வயித்துக்கு என்ன செய்றது."

"இப்பச் சாப்பிட்டதுக்குள்ள மதியம் பசிக்குதாக்கும்."

"ஒனக்குப் பசியில்லன்னாச் சரிப்பா."

"ஓரேயடியா ராத்திரிக்கு எதாச்சும் செஞ்சுக்கிருவொம்."

"எப்படின்னுதான் யோசிக்கென்."

"பைய மட்டும் குடுத்துட்டுப் போங்க. நான் பாத்துக்கிறென்."

"பெறகென்ன கவல வுட்டது. சோறு பொங்கத் தெரியுமா."

"அது பெரிய மலையாக்கும். தெரிஞ்சுக்கிறவேண்டியதுதான்."

"எனக்குத் தெரியாதுப்பா. நீ பொங்கித்தான் சாப்பிடணும் நம்ம."

"ஓங்களப் பட்னியா போட்ருவன்னு பயமா."

"இனியொண்ணும் சொல்லமாட்டென். போற எடத்துக்குப் போறென். பொழுதடஞ்சுதான் திரும்புவென். ரெண்டு மலைக்கும் எடையில பெரிய மரம் தெரியிது பாரு, அங்க வந்துரு. நானும் சுத்தியலஞ்சிட்டு வந்துசேந்துறென். இந்தா பையப் பத்தரமா வச்சுக்கோ. பையக் கீழ வச்சாலும் ஆயுதங்கள மட்டும் அயத்து மறந்து வச்சிறாத. அதுதான் உசிரு. ரெண்டு நாளைக்குப் பட்னி கெடந்துட்டாக்கூடத் தெம்பா ஒறங்கீறலாம். ஆயுதமில்லாம ஒறக்கம் வராது... அப்ப நான் போய் வரட்டுமா."

"அஞ்சாரு தீக்குச்சு குடுங்க."

"அத மறந்துட்டென் பாரு."

மடியிலிருந்து தீப்பெட்டியை எடுத்து சில குச்சுக்களை உருவிக் கொண்டு பெட்டியைக் கொடுத்தார்.

"பெட்டிய நீங்க வச்சுக்கங்க. எனக்குக் குச்சு போதும்."

அய்யா கீழிறங்கி நடந்தார். கொஞ்ச தூரம் நடந்ததும் சட்டை யைக் கழட்டி தலையில் கட்டினார். அதுக்குமேல் துண்டைச் சுற்றினார். காய்ந்த விறகுகள் சிலவற்றை எடுத்துத் தலையில் வைத்து நடையைத் தொடர்ந்தார்.

அவர் போகிற இடத்தைக் கேட்கவில்லை. கேட்டால் கோவப் படுவார். சாயங்காலம் வந்தால் கேட்டுக்கொள்ளலாம்.

அவர் மலைச்சரிவில் செடிகளுக்கிடையில் மறைவதுவரை பார்த்துக்கொண்டிருந்தான்.

தாகம் அதிகரித்திருந்தது. எப்படியும் அடிவாரத்துக்கு இறங்கித்தான் ஆகணும். சமையல் செய்யணும். பெரிசாக அய்யாவிடம் சொல்லியாயிற்று. அவர் வந்துசேருமுன் செய்தாகணும். ஒரு பாத்திரங்கூடக் கிடையாது. அதுதான் பெரிய யோசனை. சமையலைப் பற்றிக் கவலையில்லை. உலைகாய்ச்சி அரிசியரித்துப்போட்டு ஆத்தா சோறுவடிப்பது நன்றாக ஞாபகமிருக்கிறது. குழம்பு செய்ய முடியாது.

கிழக்கே தோட்டங்கள் நிறைந்து காணப்பட்டன. அந்தப் பக்கம் இறங்கி நடந்தான். இறங்குவது சுலபமாயிருந்தது. ஒவ்வொரு இடத்தில் தாமதித்துப் போனான். ஓடையைக் கடக்கையில் அடையாளம் வைத்து ஒரு செடி மூட்டுக்குள் பையை வைத்துவிட்டுப் போனான்.

ரெம்பத் தள்ளி தோட்டங்களில் ஆட்கள் நடமாடினார்கள். மிளகாய்ச்செடித் தோட்டத்துக்குள் நுழைந்து கீழே கவனித்து நடந்தான். ஒரு பாத்திக்குள் கறிச்சட்டி கிடந்தது. மருந்தடித்த சட்டி. விளிம்பில் மருந்து வடிந்திருந்தது. உள்ளே சிரட்டை யொண்ணும் இருந்தது. ரெண்டையும் எடுத்துக்கொண்டான்.

திரும்பி மலைக்கருகாமையிலுள்ள கிணற்றுக்கு வந்தான். தண்ணீர் ஆழத்தில் கிடந்தது. தாகந் தீர்க்க வழியில்லை. சட்டியைக் கழுவலாமென்றால் அதுக்கும் கமலைக் குழியில் தண்ணீரைக் காணோம். சட்டியைச் செடியால் துடைத்துத் தலையில் கவுத்தி, துண்டால் மூடித் தலைப்பாக் கட்டினான். சிரட்டையும் உள்ளே இருந்தது. பை வைத்த இடத்துக்குப் போனான்.

அய்யா சொல்லியிருந்த மரத்துக்குப் போய்ச்சேர நேரம் பிடித்தது. நிறைய முள்செடிகளை விலக்கிக்கொண்டு நிதானமாக நடந்தான்.

அடிக்கடி தண்ணீரைப் பற்றி யோசனை வந்தது. முதலில் குடிக்கணும். சமையலுக்கு வேணும். தண்ணீர் கிடைத்துவிட்டால் எப்படியும் சமைத்துவிடலாம். இல்லையென்றால் அலையணும். கம்மாய்க்குப் போவதானால்கூட ரெம்ப தூரம் போய்த் திரும்பணும்.

மரத்திலிருந்து தாவுப்பகுதிக்குப் போனான். தள்ளிவந்து பார்த்தால் சுற்றிலும் பசுமையான செடிகொடிகள். சந்தோசம் தாங்கமுடியவில்லை. செடிகளுக்கூடே சிறிய நீரோடை சிலுசிலுத்தது. ஓரத்தில் இரு சுனைகள். தெளிந்த தண்ணீர்.

ஒரு சுனையில் ஆசை தீரத் தண்ணீரள்ளிக் குடித்தான். சட்டியில் தண்ணீர் கோலி பொடிமணல் போட்டு நன்றாகத் தேய்த்துக்

கழுவினான். சிரட்டையையும் அலசினான். ரெண்டு மூணு முறை கழுவியபின் மருந்துவாடை போய்விட்டது.

அடுத்த சுனைப் பக்கம் சாமான்களை வைத்துவிட்டு மூணு கல்லெடுத்து அடுப்புக்கூட்டினான். பக்கத்தில் காய்ந்த சுள்ளி களைப் பொறுக்கிவந்தான். உதிர்ந்து கிடந்த இலைகளை அள்ளி அடுப்பில் போட்டான். சட்டியில் தண்ணீர் காய்ந்த இடத்தில் சூடேறத் தேய்த்து தீக்குச்சை உரசித் தீமூட்டினான். தண்ணீர் கோலி உலைகாயவைத்தான்.

அரிசியரித்துப் போடுவதைப் பற்றி நினைக்கவில்லை இது வரை. அது ஒரு பிரச்சனைதான். இன்னொரு சட்டியிருந்தால் தோதாயிருக்கும். இல்லாததுக்கு எங்கே போய் முட்டுவது. இருப்பதை வைத்துச் சமாளிக்கணும்.

ஒரு யோசனை தோன்றியது. காலையில் காயவைத்த கட்டுச் சோற்றுத் துணியிலிருந்தது அதை விரித்து அரிசியைக் கல்பார்த்து அப்படியே சுருட்டி சிந்தாமல் தண்ணீரில் கழுவி உலையில் போட்டு விடவேண்டியதுதான். துணியைக்கொண்டே சட்டியை வளைத்துச் சுற்றி சோறு வடிக்கலாம். காய்ந்த சுள்ளி வைத்து சோறு கிண்டலாம். அப்புறம் ரெண்டு வத்தலைச் சுட்டு சிரட்டையில் புளிக்கரைத்து புளிரசம் செய்யணும். சட்டியிலிருந்து துணிக்குச் சோற்றை மாற்றி அதில் ரசம் வைக்கலாம்.

இத்தனைக்கும் தீச்சூடு பரவாமல் கைக்குண்டுகளைச் செடி நிழலில் பத்திரமாக வைத்திருக்கணும். தொடர்ந்து அடுப்படியில் கிடக்காமல் அடிக்கடி ஆள்பார்த்துக்கொள்ளணும். அந்தப் பக்கம் ஆட்கள் வரச் சந்தர்ப்பமுண்டு. ஆடு மாடுகள் மதியம் தண்ணீர் குடிக்க வரலாம். அதுக்குள் சமையலை முடித்துவிட்டால் கவலை யில்லை.

விரைவில் சமையல் முடிந்தால் நீரோடைப்பக்கம் சுற்றிப் பார்க் கலாம். கள்ளிப்பழம் பிடுங்கித் திங்கலாம். சீத்தைக் கொடியைப் புளிப்பாகச் சுவைக்கலாம். எருமைச் சீத்தை ரெம்பப் புளிக்கும். கசக்கவும் செய்யும். பசுவஞ் சீத்தை ருசியாயிருக்கும்.

மலைச்சரிவில் வெயில் குறையாமல் இருந்தது. தீக்கு முன்னால் உட்கார்ந்து ஒருவாறு சமையலை முடித்திருந்தான். எல்லாவற்றையும் தூசி படாதவாறு ஆவரை மூட்டுக்குள் வைத்துவிட்டு நீரோடைக்குப் போனான். முகங்கழுவினான். தண்ணீர் பீங்கானாக மின்னியது. தடவிவிட்டதுபோல் சீரான மணல் பரப்பு. அங்கங்கே சிறுசிறு மீன்கள் விளையாடித்திரிந்தன. ஓடையோரங்களில் பல செடிகள் பூத்திருந்தன.

அய்யாவை இன்னும் காணோம். எங்கே போயிருப்பார். ஒரு வேளை ஊருக்குப் போயிருப்பாரோ. போகவேண்டிய அவசியமென்ன. மாமாவிடம் எல்லாம் விவரமாகப் பேசியாயிற்றே. இருட்டுமுன் வந்துவிடுவார். வரட்டும்.

பொழுது சாயத்தொடங்கியிருந்தது. சரிவுப் பகுதிகளில் வெளிச்சம் கம்மியது. சீனிக்கல் பொடிதட்டி ஒரு பச்சைக் கம்பு சீவி அரிவாளைத் தீட்டினால் நேரம் போகும். அரிவாளில் சில இடங்களில் கூர் தெறித்துவிட்டது. வடக்கூரானுக்குக் கொழுத்த உடம்பானதால் இதோடு போயிற்று. இல்லையென்றால் அரிவாள் தாங்காது. எலும்பில் கணாரென்று விழுந்து கொருவாய் விழுந்திருக்கும்.

கையில் வெட்டியதற்கே பெரிய மரக்கொப்பைச் சாய்த்தது போல் கஷ்டமாயிருந்தது. தொடையில் விழுந்திருந்தால் மெனக்கிட்டுப் பிடுங்கிக்கொண்டிருக்க வேண்டியதுதான். அந்த இடத்திலிருந்து தப்பிக்க முடியாது.

அரிவாள் செய்த ஆசாரியைச் சும்மா சொல்லக்கூடாது. கோழிவால் அரிவாள் செய்வதில் கெட்டிக்காரன். அதிலும் உதிராதபடிக்குப் பதம்பிடிக்கிறானே அதைச் சொல்லணும்.

வடக்கூரானால் அரிவாள் ஒச்சமாகிவிட்டது. நன்றாகத் தீட்டினால் தேறிவிடும். சாவகாசமாகச் செய்யணும்.

காற்று அதிகரித்திருந்ததை மர இரைச்சல் காட்டியது. பல இடங்களைச் சுற்றிப்பார்த்தான். சாயந்தர வெயிலுக்குப் பாறைகளில் சொகமாகப் படுத்துக்கிடந்தான். ஆள்நடமாட்டத்தை அனுசரித்து எச்சரிக்கையாகத் திரிந்தான்.

அடிவாரங்களில் மேய்ந்த ஆடுமாடுகள் ஊர்களுக்குத் திரும்பிக் கொண்டிருந்தன. பாறைகளில் விழுந்திருந்த வெயில் உள்வாங்கி மலைப் பகுதிகளில் இருட்டு மெல்லச் சூழ்ந்தது. உயரங்களிலிருந்து சறுக்கடித்தது போல் பறவைகள் இருட்டுக்குள் பறந்து மறைந்தன. சுற்றிலும் பரவியிருந்த அமைதியை மலையிடுக்கில் காற்றின் 'வீச் வீச்' அவ்வப்போது கலைத்தது.

சுற்றித் திரிந்துவிட்டு மரத்துக்குத் திரும்பினான். ஒவ்வொரு எட்டும் கவனமாக வைக்க வேண்டியிருந்தது. இடறினால் ஏதாவதொரு புதருக்குள் விழணும்.

மரத்தில் சாய்ந்தபடி அய்யா உட்கார்ந்திருப்பதைக் கவனித்தான். அவரைத்தவிர வேறு யாராகவும் இருக்கமுடியாதென்றாலும் ஓரமாக ஒதுங்கி செடிமறைவில் நின்று கவனித்தான்.

"சும்மா வா."

அய்யா சாதாரணமாகக் கூப்பிட்டார். முந்தியே கவனித்திருக்கிறார்.

"அப்பதையே வந்துட்டீகளா."

"இப்பத்தான் வந்தென். இருட்டுக்குள்ள எங்க போனப்பா."

"நேரத்தோடயே வேல முடிஞ்சிருச்சு. அந்தப் பக்கம் சுத்திப் பாத்துட்டு வாறென்."

"அடுப்புக்கூட்டியிருந்ததப் பாத்தென். சரி வேல நடந்துருக்குன்னு நெனச்சுக்கிட்டென்."

"சோறும் ரசமும் வச்சாச்சு."

"ஒண்ணும் காணல."

ஆவரைமூட்டுக்குள்ளிருந்து ஒவ்வொண்ணாக எடுத்து வைத்தான். அய்யா கையலம்பிக்கொண்டு வந்தார்.

"வாற வழியில வாழத்தோட்டத்துக்குள்ள மொழஞ்சு வந்தென். கையோட ரெண்டு எலையும் அறுத்துட்டு வந்தென். அந்தச் செடிக் குள்ள இருக்கு எடு."

"எல வந்தாச்சா. அதான் எனக்கு யோசனையா இருந்துச்சு. நல்ல வேளைக்குக் கொண்டாந்துட்டீக. நீங்க மொதல்ல சாப்பிடுங்க. பெறகு நான் சாப்பிட்டுக்கிறென்."

"உக்காரு ரெண்டுபேருமே சாப்பிடலாம். நல்லநல்ல பாத்தரமாச் சம்பாரிச்சிருக்கயே யோசனையோட."

இலை விரித்துச் சோறுபோட்டு சிரட்டையால் ரசம் ஊற்றிக் கொண்டார்கள். துணியில் சேர்ந்திருந்த சோற்றை இலையில் பிசையும்போது நன்றாக மணத்தது. காற்று தூசியைக் கிளப்பாத வாறு செடி மறைவில் உட்கார்ந்து சாப்பிட்டார்கள்.

அய்யா சுனையில் தண்ணீர் குடித்துவிட்டு வந்தார்.

"இருக்கிற சோறெல்லாம் காலிபண்ணீரு. மிச்சம் வைக்கக் கூடாது. நாளைக்குச் சாப்பாடு எப்பயோ. ஒருவேள கெடைக்காமப் போனாலும் போகும்."

"எனக்குப் போதும். வயிறு நெறஞ்சிருச்சு. கொஞ்சம் இருக்குது சாப்பிட்டுக்கிறீகளா."

"அய்யாவக் காப்பாத்துறயாக்கும். இருக்கிறதப் போட்டுச் சாப்பிடு. ரசம் மிச்சமிருந்தாக் குடு. குடிச்சுக்கிறென். ஒங்க ஆத்தாகூட இப்படி ரசம் வைக்கமாட்டாப்பா."

சாப்பிட்டுமுடித்துச் சட்டியை ஆவரை மூட்டுக்குள் கவுத்தினான். அய்யா பையக் கையிலெடுத்துக்கொண்டார். மேலப் பரும்புக்கு அழைத்துப்போனார். போகிற வழியில் இடத்தைக் கேட்கவில்லை. அவரும் சொல்லவில்லை.

மேலப் பரும்பில் பாறைகள் நிறைய கிடந்தன. பலவிதமான கல்பொந்துகள். ஒரு பொந்தில் அய்யா உட்கார்ந்தார்.

“இங்கதாம்ப்பா இண்ணைக்கு ராத்திரியக் கழிக்கணும். நீ இதுல படுத்துக்கோ. நான் மேற்க தள்ளியிருக்கே அங்க போறென். தனியா இருந்துக்கிருவயா.”

“எனக்கென்ன பயம்.”

“அதுக்குச் சொல்லல. பேச்சுத் தொணையில்லாமக் கெடந்தா மனசுக்கு ஒருமாதிரியா இருக்கும். ஆயுதந்தான் பேச்சுத் தொண. அருவாள எடுத்து தலைக்கு வச்சுப் படுத்துக்கோ. ஒறக்கம் சொக்கீட்டு வரும். வேட்டுகள மானாங்கண்ணியா வச்சிட்டு அயத்து மறந்து பெரண்டு படுத்துறக் கூடாது.”

“பத்தரமா இருந்துக்கிருவென். நீங்க போயிப் படுங்க. அலஞ்சு வந்துருக்கீக.”

“பெரிய அலச்சலு. அதச் சொல்ல மறந்துட்டனே. நாளைக்கு நம்ம தங்குறதுக்கு எடம் பாக்கப் போனெென். போன மனுசன் திரும்புறதுக்கு இவ்வளவு நேரம் ஆயிருக்கு. இண்ணைக்கோட இந்த எடம் சரி.”

“எங்க பாத்துருக்கீக.”

“நம்ம காலையில மொகங் கழுவுனமில்ல கம்மா.”

“நல்ல எடந்தான். ஆள்நடமாட்டமிருக்காது.”

“ஆடுமாடு போக்குவருத்து கெடையாது. காவலுபோலருக்கு. ஆளு உள்ள போனா கண்டுபுடிக்க முடியாது. அங்க ஒருநாளக் கழிச்சா மறுநாளைக்கு வேற எடம் கெடையாமயா போயிரும். எண்ணைக்குமே ஒரே எடத்துல ரெண்டுமூணு நாளு தங்குறது ஆபத்து. ஆளுக வராற எடம்னா தங்கீறலாம்.”

“பையி இங்க இருக்கட்டுமா.”

“நானே வச்சுக்கிறென். அதுல கொஞ்சந்தான் அரிசியிருக்கும். ரெண்டு நாளைக்கு வருமா.”

“ஒரு நாளைக்கு வந்தாத்தான் என்ன. அதச் சமாளிக்க முடியாதா.”

"சமாளிச்சுத்தான் ஆகணும். நீ படுத்துக்கோ."

அய்யா பிறகும் யோசித்தபடி உட்கார்ந்திருந்தார்.

"ஆள் நடமாட்டம் தெரிஞ்சா படக்னு எந்திரிச்சு வெளியேறக் கூடாது. யோசிச்சுச் சுத்துமுத்தும் பாத்துச் செய்யணும். வந்தவன் கண்ணுக்குப் படலன்னா அருவமில்லாமக் கௌம்பி என் எடத்துல வந்து சிறு கல்லப் போட்டு எழுப்பு. பாத்துக்கிட்டான்னா பெரிய செருமலாச் செருமீட்டு ஓடீரு. நாளைக்குக் கம்மாயில சந்திச்சுக் கிறலாம்."

"இங்க எவன் வரப்போறான்."

"எதிரிய அப்படி நெனைக்கப்புடாது நம்ம. எண்ணைக்குமே எதிரி நம்மளவிடக் கெட்டிக்காரன்னு நெனைக்கணும். கெட்டிக் காரன்னா அவனமட்டும் சொல்றதுக்கில்ல. எல்லாமே அவனுக்கு அனுசரணையா இருக்கு. இண்ணைக்கு நம்ம பின்னால போலீசு வருவானா. அவன் நோட்டத் தள்ளுனா நாயா ஓடுறான். கோர்ட்ல ஒரு அநியாயமா நடக்கு. பணக்காரப் பெயக வச்சதுதான் சட்டம்."

"எல்லாவனவும் தீத்துக்கெட்டணும்."

"நீயும் நானும் செஞ்சு முடிக்கிற காரியமா. ஒரு வடக்கூரான ஒழிக்கிறதுக்கே ஒளிஞ்சு போயிச் செய்யவேண்டியிருக்கு. நம்ம தைரியம் அவ்வளவுதான். ஒருவகையில அதுகூடப் பொட்டத் தனந்தான்."

"எதுக்க எதுக்க சண்டபோட்டாத்தான் வீரமா."

"அப்படிச் சொல்லல. எதிரி பெலமாயிருக்கையில ஒளிஞ்சு பண்றதுதான் தைரியம். அவ்வளவு பெரிய பணக்காரப் பெயலே ஊரான் குடியக் கெடுத்தது அம்புட்டும் ஒளிவுமறவாத்தான். அண்ணன நேரக் கொல்றதுக்குத் தைரியமிருந்துச்சா. நேரப் போயிருந்தா கத வேற. கொடல உருவி தொறட்டிக்கம்புல தொங்கப்போட்டுருப்பான். அவனுக்கு நல்ல காலம் நேத்துவரைக்கு இருந்துருக்கு. அவன் தலையை எடுத்துட்டுப் போயி அண்ணன் கால்மாட்ல நட்டி வச்சிருக்கணும்ப்பா. அப்பக்கூட மனசு ஆறாது. அவன் தெருவுல சாஞ்சதும் ஆத்தா என்ன சொன்னா தெரியுமா. வுடுங்க நான் போயி அந்தப்பெய ரத்தத்தக் குடிச்சிட்டுத்தான் வருவன்னு துடிச்சா."

அய்யா கோவப்பட்டாரென்றால் பேச்சு துடிக்கும். உறுமுவது போல் பேசுவார். அமைதிப்பட நேரம்பிடிக்கும்.

"போயிப் படுங்க."

அவர் கிளம்பினார்.

“எவனாச்சும் ஒத்தைக்கொத்த வந்து லாந்துனான்னா ஓடீறாத. மலப்பரும்புக்குப் பலிகுடுத்துரு.”

கல்பொந்தில் புழுக்கை வாடை அதிகரித்திருந்தது. ஓரங்களில் முளைத்திருந்த முயல் புல்லைப் பிடுங்கி முகர்ந்தான். அதன் இஞ்சி மணம் புழுக்கை வாடையை மறைத்தது.

துண்டு விரித்து உள்பக்கம் தலைவைத்துப் படுத்தான். அரிவாளையும் குண்டுகளையும் தலைமாட்டில் வலதுபுறம் வைத்துக் கொண்டான். சில கற்கள் முதுகில் அழுத்தின. துண்டுக்கடியில் கைவிட்டு அப்புறப்படுத்தினான்.

அய்யா இந்நேரம் படுத்து உறங்கியிருக்கமாட்டார். அண்ணன் நினைவு வந்தால் முகம் கன்றிப்போகும். அதை மறப்பதற்காகச் சாராயம் குடிப்பார். குடித்த பிறகுதான் அதிகமாகப் பேசுவார்.

நாலஞ்சு நாளுக்குமுன் சாராயம் குடித்துவிட்டு இருட்டுக் குள்ளேயே மாமாவை வடக்கூருக்குக் கூப்பிட்டார்.

“எனக்கு வலது கையி போனபெறகு நான் இருந்துதான் என்ன செய்ய மாப்பிளே.”

மாமா கண்டித்துச் சமாதானப்படுத்தினார்.

“சின்னப்புள்ள கணக்காப் பேசாதங்க மச்சான். அததுக்கு நேரங்காலம் வரும். வாய வுடாதங்க அனாவசியமா.”

அய்யா முனங்கிக்கொண்டே படுத்திருந்தார். மாமா யோசனை யுடன் உட்கார்ந்திருந்தார்.

இப்படி பல நாள் நடந்திருக்கிறது. அய்யா மனசு தளர்ந்து போயிற்று. சில சமயம் அழுகிற அளவுக்கு உடைந்துவிடுகிறது.

பகல் நேரங்கூட அண்ணனைப் பற்றி நினைத்துவிட்டால் வீட்டைவிட்டுக் கிளம்பிவிடுவார். தேடினால் வடக்கூர்ப் பாதை கருவமரத்தடியில் கைத்தாங்கலில் தலைதூக்கிப் படுத்திருப்பார். அல்லது அரிவாளை மண்ணள்ளி ஒளித்தும் வெளியிலெடுத்தும் அமைதியாக உட்கார்ந்திருப்பார். அவன் மதியச் சாப்பாட்டுக்கு அழைத்துவருவான்.

அண்ணன் செத்ததிலிருந்து யாருக்கும் சரியான உறக்கம் கிடையாது.

எலிகள் கீச்சிட்டன. வௌவால்கள் மோதின. கள்ளிக் கும்மல் களில் கதுவாலி முனங்கல்கள். பின்பக்கம் முயலின் அலறல் கேட்டு ஓய்ந்தது. ஆயுதங்களை எடுத்துக்கொண்டு அந்தப் பக்கம் லாந்தினான். ஒரு வலசார் இருட்டில் கவக் கவக்கென்று சிறகுச்

சத்தம் எழும்பிப் பறந்துபோனது. பொந்து வாசலில் முயலொண்ணு குதறிக் கிடந்தது. எடுத்துப் பார்த்தான். கண்களையும் ஈரலையும் வலசார் பிடுங்கியிருந்தது. குடல் பாகத்தை அப்புறப்படுத்திவிட்டு மீதியைச் செடியில் சுருட்டிக்கொண்டான்.

வருகிற வழியில் பாறையின்மேல் ஒரு கூகை பெரிய முழி முழித்துக்கொண்டு நின்றது. கிட்டத்தில் வரும்வரை ஓடவில்லை. கோவத்தில் கைக்குண்டை எடுத்து எறியப் போனவன் உதட்டைக் கடித்தபடி கல்லெடுத்து எறிந்தான். அசிங்கமாகக் கத்திவிட்டுப் பறந்தது.

கல்பொந்துக்கு வந்து முயல் கறியை உயரே இடுக்கலில் திணித்து வைத்துவிட்டுப் படுத்தான்.

அய்யா இருந்த இருப்பென்ன தோரணையென்ன. எல்லாம் அமுங்கிப் போயிற்று. கையில் ஆயுதம் எடுக்கக் கூசுகிறார்.

ஒருகாலத்தில் அவர் பிடிக்காத ஆயுதமா. வீட்டில் இன்ன ஆயுதம் என்றில்லை. எல்லாம் இருக்கும். அரிவாளிலேயே நாலஞ்சு வகை வைத்திருப்பார். கண்டகோடாலி பிச்சுவா வங்கி சுருள்வாள் மீன்முள் திருக்குமீன்வால் இத்தனையும் உண்டு. கட்டைக்கம்பு வைத்திருந்தால் உள்ளே பெரிய கத்தி இருக்கும். வெளிப் பார்வைக்குக் கம்பு. ஒவ்வொரு நேரமும் ஒவ்வொண்ணை வைத்துக்கொள்வார்.

மாமா கேலிபண்ணுவார்.

“என்ன மச்சான் களசொரண்டியப் புடிச்சுக்கிட்டு களையெடுக்கக் கௌம்பீட்டீகளா.”

“களையெடுக்கத்தான். எடுத்தெறியலன்னா வெள்ளாமைய வௌையவுடாதே.”

“சின்னப் புள்ள வௌையாட்டுச் சாமான் வச்சுக்கிட்டது போலருக்கு.”

“மாப்பிளே என்னக் கேலிபண்றீரே போலீஸ்டேசனுக்கு முன்னால பாத்தீரா.”

“அதுக்கென்ன இப்ப.”

“அங்க தங்கமா குமிச்சுக் கெடக்கு. அவன் மட்டும் குண்டிக் குப் பின்னால் ஒண்ணு முன்னால ஒண்ணு சொருவி கையிலயும் ஓலக்க மாதிரி வச்சுக்கிறலாம். நம்ம வச்சுக்கிறப்புடாது. பாவம் சீவனத்துப் போனவுகளெல்லாம் தூக்கிச் சொமக்கச் சொல்றான். ஒருநேரம் துப்பாக்கி. ஒருநேரம் லத்திக்கம்பு. நம்ம வச்சா தப்பாப் போகுது. அவங்களப் பாத்தா பாவமாவும் இருக்கு. கோவமாவும்

இருக்கு. ஊரு ஒலகத்துல அவங்களோட கலகம் செஞ்சிட்டே அலையிதுகளாக்கும் சனங்க."

"அது அவன் டூட்டி."

"இது என் டூட்டி."

"செய்யிங்க செய்யிங்க."

ராத்திரி நேரம் அய்யாவுடன் இல்லாமல் தனியே கிடக்க வேண்டியிருக்கிறது. வெள்ளாமை நேரங்களில் அவரோடு காட்டில் படுத்திருக்கணும். அதுவே தனிச் சந்தோசம்.

நிறைய கதைகள் சொல்வார். நினைத்துப் பார்த்து நேற்று நடந்ததுபோல் சொல்வார். உறக்கம் சுருட்டும்வரை சொல்வார்.

அப்போது அண்ணன் இருக்கிறான்.

தோட்டத்தில் சோளம் விளைந்து அறுக்கிற நேரம். கம்பெனி வெள்ளைச் சோளம் சக்கைப்போடு போட்டிருந்தது. வடக்கூரானின் காடுகள் அவ்வளவும் சோளந்தான். தூரத்திலிருந்து பார்த்தால் பெரிய தோப்புபோல் தோன்றியது.

அய்யாவுடன் அண்ணனும் அவனும் மாரிமூலையில் காவலிருந்தார்கள். காப்பிச்சட்டியும் கருப்பட்டியும் கொண்டு போயிருந்தார்கள். அய்யா மட்டும் பேட்ரி வைத்திருந்தார்.

அவனுக்குச் சோளத்துமேல் ஆசை. அண்ணனிடம் கேட்டான்.

"கருப்பட்டி போட்டுச் சோளம் அவிப்பமா."

"அய்யாவக் கேளு."

அய்யா தடை சொல்லவில்லை.

"எனக்கென்ன காப்பிக்கு மறுபடியும் ஆராச்சும் கருப்பட்டி வாங்கீட்டு வாறாப்புலருந்தாச் சரி."

அண்ணன் மெதுவாகச் சொன்னான்.

"செலம்பரம் சோளம் அவிக்கட்டும். நான் போயிட்டுத் திரும்புறென்."

பேட்ரியை வாங்கிக்கொண்டு அண்ணன் கிளம்பினான். அவன் தோட்டத்து ஓரத்தில் இளஞ்சோளம் கசக்கப் போனான்.

அய்யா மூலையிலிருந்து சத்தங்கொடுத்தார்.

"அப்படியே நாலாபக்கமும் சுத்திப்பாத்துட்டு வா."

அவன் அடுத்த ஓரம் போனபோது புஞ்சை நடுவிலிருந்து மண்கட்டி எறி வந்து விழுந்தது. அவன் அதைச் சட்டை செய்யாமல் நாலு பக்கமும் பார்த்துவிட்டு வந்தான். அய்யா பேச்சுவாக்கில் கேட்டார்.

"என்னடா சரசரன்னு சத்தங் கேட்டதே."

அவன் சளைக்கவில்லை.

"ஆரோ எறிஞ்சாங்க. எறிவந்த தெசைக்கு நானும் ரெண்டு வுடலாமான்னு நெனச்செென். எதுக்கு நம்மாளுதானன்னு பேசாம இருந்துட்டென்."

அய்யா அசையாமல் சிரித்தார்.

"எளவட்டத்துக்குத் தைரியம் ரெம்பத்தான். இனி நான் காவலுக்கு வரவேண்டியதில்ல. குளுருக்கு வீட்ல மொடக்கீறலாம்."

"என்னால ஒத்தியில காவல்காக்க முடியுமான்னு நெனச்சீகளா."

"அப்படிப் புள்ளதான் வேணும்."

அய்யா போக்கே தனி. எந்த விசயத்திலும் இப்படித்தான். ஒரு சமயம் நீச்சுப்பழக சுரைக்குடுக்கை வேணுமென்று ஆத்தாவிடம் சொல்லிக்கொண்டிருந்ததைக் கேட்டுவிட்டார். மட்டியைக் கடித்தார்.

"சொரக்குடுக்கையா வேணும். வா வா தாறென்."

அவனைக் கிணற்றுக்கு இழுத்துக்கொண்டு போய் அலக்காகத் தூக்கிப்போட்டுவிட்டார். பயமென்றால் சொல்ல முடியாது. தண்ணீரைக் குடித்து ஒருவழியாகக் காலுதைத்தபோது அவர் நீந்திவந்து உள்ளங்கையில் ஏந்தி மெல்ல நீந்தக் கற்றுக்கொடுத்தார்.

மூணு நாள் அவரோடு குளிக்கப்போனது. நாலாம் நாள் கூச்சம் அற்றுப்போயிற்று. நீச்சல் படித்து முடிந்தது.

அதுக்குப் பிறகு ஒருநாள் தோட்டத்திலிருந்து சுரைக் குடுக்கை எடுத்துவந்து அவனைக் கூப்பிட்டுக் கொடுத்து குளிக்கச் சொன்னார்.

அவரோடு குளிக்கப் பயமாயிருக்கும். ஒரு கையில் தூக்கி வைத்துக்கொண்டு குளிப்பாட்டுவார். தொடையில் உட்கார வைத்து அடிப்பதுபோல் தேய்த்துவிடுவார். எண்ணெய் தேய்த்துக் குளிக்கிற நாளில் தலையில் தப்படம் போட்டுவிட்டாரென்றால் நாலு நாளைக்கு உச்சி கிண்ணென்றிருக்கும். ஒரு தடவை ஆத்தா பொறுக்கமாட்டாமல் சொன்னாள்.

"வளுருற புள்ளையத் தலையில அடிச்சே தரக்கழிய வச்சுருவீக போலருக்கே."

“கள்ளவளத்தி நம்ம பெயலுக்குத் தேவையில்லையே. தலையில கல்லத் தூக்கிப்போட்டாலும் தொடச்சிட்டுப் போகணும்.”

இன்னும் பலமாகத் தலையில் போட்டார்.

வீட்டுக்குப் போயிருந்த அண்ணன் திரும்பியபோது சோளம் அவித்து கருப்பட்டிப்பால் கலந்து தயாராயிருந்தது. மூணு பேரும் தின்று முடித்துவிட்டு காப்பிபோட்டுக் குடித்தார்கள். அய்யா பெருவாய்க்காலிலும் அவர்கள் கைவாய்க்கால்களிலும் படுத்துக் கொண்டார்கள்.

சோளத்தோகையின் இரைச்சல் தோட்டத்துக்குள் சுற்றி விளை யாடியது.

“செலம்பரம் ஒறங்கியாச்சா. இப்படித்தான் காவலு காக்கிறதா.”

அய்யா தலைதூக்கிப் பார்த்துவிட்டுக் கேட்டார். அவன் படக் கென்று சொன்னான்.

“நீங்க கொறட்டபோட்டதுபோல இருந்துச்சே.”

அண்ணன் கணுக்கென்று சிரித்தான். அய்யா பெருமூச்சு விட்டார்.

“நான் சின்ன வயசில சரியா ஒறங்கீருப்பனா.”

“ஏன்.”

“பாதி நாளு காட்ல படுத்துக்கெடப்போம் வீட்டோட.”

“வீட்ல படுத்தா என்ன.”

“எப்ப வீட்டுக்குத் தீவைக்க வருவான்னு மனசு பதச்சுக் கிட்ருக்கும். பொம்பள புள்ளீகள வீட்டுக்குள்ள படுக்கவச்சிட்டு விடிய விடியக் காவலுருக்கணும் நானும் எங்கய்யாவும்.”

“அவ்வளவுக்குப் பகையா.”

“எத்தன பெயலப் பகச்சுக்கிறது. ஊருக்குள்ள பணக்காரப் பெயக சேந்துக்கிட்டு அடுத்தவனத் தூண்டிவுட்டுட்டே இருப்பான்.”

அண்ணனுக்குக் கோவம் வந்தது.

“அப்படிப் பெழப்பென்ன வேண்டிக்கெடக்குது. ஒவ்வொருத் தனவும் குத்தி மலத்தீட்டுக் கௌம்பீறணும்.”

“ரோசத்தோட மனுசன் பெழைக்க முடியாது. நெலத்துல வல் ரூட்டியா அழிம்பு செய்வாங்க. எதுத்துக் கேட்டா கலவரம் வரும்.”

அவன் எரிச்சலுடன் சொன்னான்.

“கலவரம் வரட்டுமே.”

“அவனுக்கு ஆளு மெசாரிட்டி. நமக்குத் தொணைக்கு ஆளு இல்ல. பெழப்புக் கெட்டுப்போகும்னு பயம். என்ன செய்றது நாங்களாக் கெடந்து தவிச்சொம். எங்கய்யா கமல எறப்பாரு. கமலச்சட்டத்துல அருவா தொங்கும். நான் தண்ணி பாச்சுவென். ஆமணக்குல அருவா தொங்கும்.

“இப்படியே எத்தன நாளைக்கு.”

“ஒரு நாளா ரெண்டு நாளா. எனக்குச் சின்ன வயசிலருந்து எளவட்டமாகிறவரைக்கும் இதே கூத்துத்தான்.”

“என்னத்துக்காக அப்படி இம்சப்படுத்துனாங்க.”

“பெரிய காரணம். நாங்க எங்களுக்குத்தக்க கையகல நெலம் வச்சு வெவசாயம் பண்றது பணக்காரப் பெயகளுக்குப் புடிக்கல. அத வுட்டுட்டு ஓடட்டும்னு நெனப்பு.”

“அவங்க அப்பன் வீட்டுச் சொத்தா.”

“நெறய பேரோட சொத்த அமுக்கி வச்சிருந்தவங்க.”

“அவங்களச் சும்மா வுடலாமா.”

“எனக்கு அப்படித்தான் ஒவ்வொரு நாளும் நெனப்பு வரும். போற போக்கப் பாத்தா பொம்பளைகளக்கூட தாமரிக்க முடியா துங்கிற பயம் வந்துருச்சு. ரெண்டுல ஒண்ணு பாத்துறலாம்னு முடிவுசெஞ்சிட்டென்.”

அய்யா மௌனமானார். அண்ணன் ஆவேசப்பட்டான்.

“முடிவுசெய்றதுக்கு யோசிக்கணுமாக்கும்.”

“நான் ஒருத்தன்னா யோசிக்கமாட்டென். ஆத்தா ரெண்டு தங்கச்சி அய்யா எல்லாரவும் வுட்டுட்டுப் போயிற முடியுமா. குடும்பமே கருவறுந்துபோயிருமே.”

“அது நெசந்தான்.”

“அதுக்கு ஒரு காரியம் செஞ்சொம். நாலு நாளைக்கு முந்தியே மாடு ரெண்டவும் எங்க பெரியய்யா ஊருக்குப் பத்திவுட்டொம். கெழக்க பத்து மைலிருக்கும். பொம்பளைகள சாமாங்களப் பெறக்கீட்டு அங்க கெளம்பச் சொன்னொம். எங்களுக்கு அனுசரணையானவங்ககிட்ட அண்ணைக்கு ராத்திரி எச்சரிக்கையா இருக்கச் சொன்னொம். ஆரும் கூட வர வேணாம்னு சொல்லீட்டொம். நான் வேல்கம்பு எடுத்துக்கிட்டென். எங்கய்யா அருவா வச்சிருந்தாரு. ஒரு பெயலோட

காரவீட்ட ஒட்டி தொழுவு கூர மேஞ்சிருந்தது. பின்பக்கமாப் போயி தீய வச்சென். அய்யா ஊருக்குள்ள கல்லெறிஞ்சாரு. சனங்க எந்திரிச்சு கசபுசலாயிப்போச்சு. காரவீட்டுக்குள்ளருந்து அவன் கடவு வழியா வந்தான். சொவருல மறஞ்சிருந்தவன் ஒரே குத்துல அவன நடுவயித்துல ஏந்துனென். ஓடிவந்து எங்க வீட்டுக்குத் தீ வச்சொம். ஒரே கூட்டம். ரெம்ப தூரம் ஓடிவந்த பெறகும் ஊருக்குள்ள கூச்சல் கேட்டுட்டுருந்துச்சு. தீவெளிச்சம் பெரிய தீவட்டிமாதிரி தெரிஞ் சது... அண்ணைக்கு வீட்டவுட்டுக் கெளம்புனவன். அதுக்குப் பெறகு மேகாட்டுப் பக்கம் எட்டிப்பாக்கவே இல்ல... பீடிக்கெட்டு வாங்கீட்டு வந்தயாப்பா."

அண்ணன் பீடிக்கட்டைக் கொடுத்தான்.

"அத்த பாட்டியெல்லாம் என்ன செஞ்சாக பெறகு."

"அவுக வயித்துக்குக் கூலிவேல செஞ்சாக. பெரிய தாத்தா அவுகளக் குடும்பத்தோடயே வச்சுக்கிட்டாரு. வில்லாறத வித்துக் கேசுக்குச் செலவழிச்சொம். எங்க ரெண்டு பேருக்கும் ஒம்பது வருசம் சொன்னான். மேக்கோர்ட்ல தாத்தாவுக்கு விடுதல. எனக்கு அதே தண்டன."

"அதெப்படி."

"தாத்தா பொழுதடைய வேற ஊருக்குப் போயிருந்து பெறகு வந்தாரு. அதனால கொல நடந்த நேரம் அவரு எடத்துல இல்லன்னு ஆயிப்போச்சு. அந்த ஊருல ஒரு நல்ல மனுசன் சாச்சி சொன்னான்."

"நீங்க செயிலுக்குப் போயிட்டீகளா."

"நான் பெரிய ஊருக்குப் போயிட்டென். தாத்தா பெரிய தாத்தா வோட ஊருக்குப் போயிட்டாரு."

"செயில்லருந்து நேர இங்க வந்துட்டீகளாக்கும்."

"காலந்தள்ளணுமே. மேகாட்டுக்குப் போனா மறுபடியும் சச்சரவுதான். ஏற்கெனவே குடும்பம் குடிபேந்தாச்சு. அதுக்கு மேலயும் தொந்தரவு வேணாம்னு தனியாக் கெளம்பீட்டென். இங்க வந்து சேரயில நல்ல பெராயம். இந்த ஊருல கல்லொடச்செவன். கொத்தனாரோட சித்தாளு வேல செஞ்சென். சாப்பாட்டுக் கடை யில சேந்து தெப்பத்துலருந்து தண்ணி வண்டியடிச்சென். அதவும் வுட்டுட்டுக் கடைசியில மாமா வீட்ல சம்பளத்துக்கு வெவசாயம் பாத்தென். அந்த நேரந்தான் ஒங்காத்தாவோட பிரியமாப் பழகுனது. அதெல்லாம் பழைய கத... மாமா வீட்ல மத்தவுகளுக்குப் புடிக்கல. ஆனா மாமா ஒத்தக்கால்ல நின்னு கலியாணத்த முடிச்சுவச்சாரு. தனியா வீடு கெட்டிக் குடுத்தாரு. இந்தா படுத்துருக்கமே இந்த

நெலமும் ஆத்தா பேருக்கு அவரு எழுதி வச்சதுதான்.”

அவனுக்கு ஆர்வம்.

“மேகாட்ல அந்த நெலம் என்னாச்சு.”

“சும்மாதான் கெடக்கு.”

“நம்ம வெள்ளாம செய்யணும்.”

“வெள்ளாம செய்யத்தான் போறொம் எண்ணைக்கிருந்தாலும்.”

அய்யா ‘ஹூம்’ என்று பெருமூச்சுவிட்டார். அண்ணன் கேட்டான்.

“மாமா ஒண்ணுஞ் சொல்லலயா.”

“அவருமனசுப்படின்னா இந்நேரம் அங்க குடியிருக்கணும். பெறகும் ஒரு யோசன. புள்ளைகளாயிப்போச்சு. ஒங்காத்தா மொகத்தப் பாத்தாரு. இங்கயே தொணைக்குத் தொணையா இருங்கன்னு சொல்லீட்டாரு.”

“அத்தைக்கும் தொணையாச்சு.”

“அவ ஒரு வாயில்லாப்பூச்சி. அவள நாந்தான் பொண்ணு கேட்டுப் போயி மாமாவுக்கு முடிச்சொம். மொதல்ல மாமா சொன்னது மேகாட்ல அத்த ஒருத்தியக் கலியாணம் பண்ணிக்கிறன்னு. எனக்கு மனசில்ல. வீண் தொந்தரவுதான். அந்த நெனப்ப வுடும் மாப்பிளேன்னுட்டென். இண்ணைக்குத்தனத்துல அவரும் ஒரு பொண்ணுக்குத் தகப்பனாயிட்டாரு. ஒரு ஆம்பளப் புள்ளையப் பெத்துட்டா அந்த மனுசிக்குத் தெம்பாருக்கும்.”

“ஊருல தாத்தா பாட்டியப் பாத்தீகளா இப்பக்குள்ள.”

“தாத்தா போயிச்சேந்து நாளாச்சு. கொள்ளிவைக்கப் போகல. சொல்லிவுடல. சொன்னா எப்படியும் வருவன்னு பயம். கடசி நேரத்துல அவரு மூஞ்சியில முழிக்க முடியாமப் போச்சு. பெறகு போயி என்ன செய்ய. இங்கயே தலைக்குத் தண்ணி ஊத்திக்கிட்டென். மாமா வேட்டிதுண்டு எடுத்துக் குடுத்தாரு... பாட்டியப் பாத்து நாலஞ்சு வருசமாச்சு. வெசாகத்துக்கு வரச் சொல்லியிருந்தென். அத்தமாரும் அங்கயே கலியாணம் பண்ணிக்கிட்டாக. பெரிய தாத்தா எல்லா ஏற்பாடும் செஞ்சிட்டாரு அவரு குடும்பம்போல... இங்க நம்ம கெடக்கொம் இப்படி...”

அவனுக்குக் கொட்டாவி வந்தது. அண்ணன் ஏற்கெனவே அமைதியாகியிருந்தான்.

மாமா கெட்டிக்காரர்தான். அவருக்கு ஆத்தாமேல் ரெம்பப்

பிரியம். அவரது வீட்டு விசயம் எதுவானாலும் ஆத்தாவிடம் யோசனை கலக்காமல் இருக்கமாட்டார். "எம்மா சுந்தரி இதுக்கு யோசன என்ன" என்று பல தடவை கேட்பார். காடுகரை வாங்கணு மென்றால் முதல் நாளே பணத்தைக் கொண்டுவந்து ஆத்தாவிடம் கொடுத்துவிட்டுப் போவார். மறுநாள் காலை வாசல் நிலை தட்டாமல் வீட்டுக்குள் நுழைந்து கும்பிட்டு வாங்கிப் போவார்.

மாமா வீட்டில் திடமான விவசாயம். ஊர்ப் பக்கத்திலேயே தோட்டங்கள். மாடு வண்டி பம்ப்செட் என்று வசதி. வீட்டில் வேலைக்கு என்று ஆளிருந்தாலும் அவரே அலைவார். அத்தை காட்டுக்குப் போனால் ஆத்தாவும் கூடப் போகணும். எல்லா வற்றையும் ஆத்தாதான் கவனிக்கணும். நாற்று நடுவதற்கு முதலில் அவள் இறங்கி நாற்றுப் பிடித்துக் கொடுக்கணும். அதேபோல் கருதறுக்கும்போதும் சாத்திரத்துக்கு அவள் அறுக்கணும். மாமா அதில் கவனமாயிருப்பார். அறுவடை நேரங்களில் ஆத்தாவைக் கூப்பிட்டு போதுமான அளவுக்குத் தவசம் அள்ளிக்கொடுத்தனுப்புவார்.

அய்யா மாமாவுக்கு எல்லாக் காரியத்திலும் ஒத்தாசனையா யிருப்பார். ரெண்டு பேர் பழக்கமும் ஒரு மாதிரி. அன்னியோன்னிய மாகப் பேசிக்கொள்வார்கள். இருவரும் தண்ணிபோட்ட நேரம் பார்க்கணும். கட்டிப் புரளாத குறையாகப் பேசுவார்கள். அய்யா கொஞ்சம் அளவுக்கு மீறிவிட்டால் புலம்பிவிடுவார். பேச்சு எக்குத் தப்பாக வரும். மாமா அப்படியில்லை. ஒரு பானையே உள்ளே போனாலும் அலுங்கமாட்டார். எப்போதும்போல் கெத்துவிடாமல் பேசுவார்.

குடித்த நேரம் அய்யாவை யாரும் கட்டுப்படுத்த முடியாது. எதிர்ப்பட்டவர்களைக் கூசாமல் அடிக்கக் கைபோகும். ஆத்தாவும் அத்தையும் சத்தம்போட்டு கடைசிக்கு மாமாவிடம் குறை கூறுவார்கள். அய்யா போக்கு மாமாவுக்குப் பிடிக்கிறவரைதான். பிடிக்க வில்லையென்றால் ரெண்டொரு வார்த்தை பேசுவார்.

"மச்சான் வீட்டுக்குள்ள போயிப் படுக்கீகளா இல்ல மொடக்க வைக்கணுமா."

அதோடு சரி. அய்யா பேசமாட்டார். ஆர்ப்பாட்டம் எங்கே போய் மறைந்ததென்று தெரியாது.

சோளத் தோட்டத்துக்குள் மூணு பேரும் கண்ணயரத் தொடங்கினார்கள்.

நடுச்சாமம் இருக்கும். வேறு மூலையில் ஒரே சரசரப்பு. சில இருமல்கள். சடசடக்கென்று சத்தம். அண்ணன் முழித்துக் கொண்டான். அய்யாவை உசுப்பினான். அவர் படுத்தவாறே கைச்சைகை

செய்தார். கிட்டத்தில் சத்தங்கள் நெருங்க நெருங்க அண்ணன் எழுந்தான். அய்யா அவன் கையைப் பிடித்து உட்கார வைத்தார். பிறகு சத்தங்கொடுத்தார்.

"முத்தையாண்ணேன் நம்ம காடு கொஞ்சம் கெடக்கு பாத்துக்கங்க."

அங்கிருந்து குரல் வந்தது.

"என்னப்பா ஓம் புள்ளீக வயித்துல அடிப்பமா மொறையில்லாம. நீ காவலுக்கு வந்து காத்துக் கெடக்கணுமாக்கும்."

சரசரப்பும் சத்தமும் தூரத்தில் போய்க்கொண்டிருந்தது. அந்த 'சடக்சடக்' மட்டும் தெளிவாகக் கேட்டது.

அய்யா சிரிப்புக்கிடையில் சொன்னார்.

"அவன் பித்துக்காலு போடுற செருப்புச் சத்தத்தப் பாரு."

அண்ணனுக்கு ஆச்சரியம்.

"களவாங்கிறதுலயும் இன்ன எடத்துலதான் களவாங்கணும்னு ஒரு கணக்கு வச்சிருக்காங்களே."

"அதுல அவங்க ரெம்ப ஒழுக்கம். கஸ்டப்படுறவன் பிஞ்சையில எறங்கமாட்டாங்க."

"ஏன் ராத்திரி பூரா களவாண்டுட்டு அலையணும். எதாச்சும் வேல செஞ்சு சம்பாரிக்கவேண்டியதுதான."

அண்ணன் படுத்துக்கொண்டான்.

"அவங்க செய்யாற சம்சாரித்தனமா. ரெம்ப ஏல்க்கையா இருந்தவங்கதான். அது ரெண்டு பெரிய மனுசங்களுக்குப் புடிக்கல. வடக்கூரான் ஒருத்தன். ஒத்துமையா இருந்தவங்களுக்குள்ள சண்டமூட்டி வேடிக்க பாத்தான். சண்ட கொலையில கொண்டு போயி முடிஞ் சிருச்சு. வெட்டுக் குத்துன்னு ரெம்ப நாளா இழுத்துட்டுக் கெடந் துச்சு. ரெண்டு பக்கத்துப் பெயகளும் கெட்டுச்சோறு கெட்டீட்டு கேசுக்கு நடந்தான். காட்ட வித்து கரைய வித்து ஊரானுக்குச் செலவழிச்சு கடசிக்கு இக்கதிக்கு வந்துட்டாங்க."

"கொஞ்சமாச்சும் அறிவு வேணாமா. கெட்டுப்போறதுக்கு இம்புட்டு ஆட்டம் ஆடணுமாக்கும்."

"மூணாம் பேருக்கு அப்படித்தாம்பா தெரியும். கோவங் கொண் டாடுனா எல்லாம் மறந்துரும். வாசப்படி மண்டையில தட்ன பெறகுதான் தெரியும். என்னய எடுத்துக்கயேன். ஊரவுட்டே வெளியேறலயா."

“நீங்கன்னா கொழுத்த உருப்படியப் போட்டுட்டு வந்தீக.”

“இவங்க ஒண்ணுக்குள்ள ஒண்ணு அடிச்சுக்கிட்டான். அது வடக்கூரானுக்குத் தோதாப்போச்சு. காடுகள வளச்சுப் போட்டுக் கிட்டான்.”

“அது தெரியவேணாமா.”

“மொதல்ல தெரியுமா. துட்டு முறுக்கு கண்ண மறச்சிருச்சு.”

“இப்பயாச்சும் ஒண்ணாருக்காங்களா.”

“ரெம்ப ஒத்துமையாச் சேந்து களவாங்காங்க.”

“வேற வேல செய்யமாட்டாங்களா.”

“எவன் குடுக்கான். வடக்கூரான் நெலஞ் சேத்து பண்ணையாக் கிட்டான். நெரந்தரமா சம்பளத்துக்கு ஆளுப் போட்டுட்டான். இவங்கள வேலைக்குக் கூப்பிடமாட்டான். வேற வேல இதுதான்னு முடிவு செஞ்சிட்டாங்க இவங்க. ராத்திரி முழுக்க வேல. பகல்ல ஒறங்கவேண்டியது.”

“ஆப்புட்டுக்கிட்டா என்ன செய்வாங்க.”

“எவனும் அவங்களக் கெட்டவன்னு சொல்றதில்ல. அளவுக்கு மீறிக் களவாங்கவும் மாட்டாங்க. வீட்டுக்குச் சாப்பாட்டுக்கு மட்டும் சம்பாரிப்பாங்க. கைச்செலவுக்கு வேணும்னா பருத்தியெடுப்பாங்க.”

“ராத்திரியிலயா.”

“நெலா அடிச்சதுன்னா பருத்திச்சொள நல்லாத் தெரியும். புடுங்கிச் சாக்குல போட்டுட்டு வந்து ஒரு எடத்துல வச்சுப் பருத்தி யெடுப்பாங்க. சுத்துக் கெராமங்கள்ல எவன் பிஞ்சையில என்ன வெள்ளாமன்னு அம்புட்டும் தெரியும். எச்செழந்தவன் பிஞ்சையில எறங்கமாட்டாங்க. முத்தையா இருக்கானே அவன் வழக்குப் பேசுறதுக்குக்கூட வருவான்.”

“அது வேறயா.”

“எல்லா வழக்கும் பேசுவான். ஒருநா ஒரு கூத்து நடந்துபோச்சு. அந்த வழக்குக்கு நான் போயிருந்தென். மாமா வரல. முத்தையா வந்துருந்தான். ரெம்பத் தோதா புதுவேட்டி கெட்டியிருந்தான். வேட்டி எங்க வாங்குனதுன்னு கேட்டென். பருத்திக் காட்ல வேட்டியா வௌஞ்சு கெடக்குதுன்னு சொன்னான். குட்டு என்னன்னு பெறகுதான் தெரிஞ்சது. இவங்களப்போல இனியொரு கூட்டம் பருத்தி களவாங்க வந்துருக்கு. ரெண்டும் ஒரு எடத்துல சந்திச்சுக்கிருச்சு. முத்தையா கட்டக்கம்பக் கையில வச்சமானக்கிப் பதுங்கிப் போயிருக்கான்.

அந்தக் கூட்டம் ஒரு அப்பிராணி மனுசனோட பிஞ்சையில திரிஞ்சிருக்கு. இவனுக்குப் புடிக்கல. மஞ்சணத்தி மறவுல ஒளிஞ்சிருந்து கல்லெறி வுடவும் அவங்க ஓடீட்டாங்க. கடசிக்கு ஒருத்தன் தடுமாறி வுழுந்து வேட்டியவுந்து அத வுட்டுட்டு ஓடீட்டான். முத்தையா எடுத்துத் தோரணையா உடுத்தீட்டு வந்துட்டாக."

"அவங்களுக்குள்ள சண்ட வருமா."

"சண்ட போடமாட்டாங்க. அவன் எறங்கக்கூடாத எடத்துல எறங்கவும் இவனுக்குக் கோவம். அண்ணைக்கு வழக்குக்கு நடுவுலயே வேட்டியப் பறிகுடுத்தவனும் முத்தையாவும் தனியாப் போயிப் பேசிக்கிட்டாக. என்னன்னு பாத்தா வேட்டிச்சங்கதி. முத்தையா அவனச் சத்தம்போட்ட பெறகு ரெண்டுபேரும் ஊருக்குள்ள போயி வந்தாக. புது வேட்டியக் குடுத்துட்டு பழைய வேட்டிய உடுத்தீட்டு வந்தான் முத்தையா. வழக்கு முடிஞ்சு பெறப்புடுறபோது ரெண்டு நாளையில பழைய வேட்டியக் குடுத்துவுடுறதாச் சொல்லீட்டு வந்தான்."

"நல்ல மனுசன்தான்."

"இவ்வளவுக்கும் சாராயம் ஒரு சொட்டுக் குடிக்கமாட்டான். ஆராரோ கூட்டீட்டுப் போயி கவுத்தணும்னு பாத்தாலும் முடியாது. பெரிய கில்லாடி. ஒருநா பாரு கேப்பக்கருது பெறக்கப் போயிருக்காங்க. போனாங்களா. முத்தையா ஒருபக்கம் ஆளுப் பாத்துருக்கான். மத்தவங்க அடுத்த பக்கம் திரிஞ்சிருக்காங்க. அந்தப் பக்கந்தான் காவல் காத்தவங்களும் படுத்துருக்காங்க. காவக்காரங்களப் பாத்ததும் களவாண்ட கூட்டம் கலஞ்சு காலுவாங்கீருச்சு.

"முத்தயாவ வுட்டுட்டா."

"இவன ஆரும் கவனிக்கல. காவக்காரங்க ரெண்டு மூலையில கெடந்துருக்காங்க. சரசரப்புல ஒருத்தன் எந்திரிச்சு பேட்ரி அடிச்சான். முத்தையாவுக்கு ஒண்ணும் ஓடல. ஓடித் தப்பிக்கவும் முடியாது. பித்துக்காலுச் செருப்பக் கழட்டி ஒரெட்டு நகரணுமே. ஊருவுட்டு ஊரு வந்த எடத்துல நின்னு சமாளிக்கிறதும் நல்லதில்ல."

"சரியானபடி மாட்டியாச்சு."

"இதுக்குள்ள காவக்காரங்க சத்தம் கேட்டுருக்கு. இவன் யோசிச்சுப் பாத்தான். அவங்க பேச்சக் கவனிச்சுக் கேட்டான். தெலுங்கு. ஒடனே தெம்பு வந்துருச்சு. அடுத்த மூலைக்கு நகண்டுபோயி ஈரவாய்க்கால்ல கம்பு வச்சு மொத்னு அடிச்சான். அடுத்து ஓயம்மா சச்சிபொய்யவுன்னு சத்தம்."

"ஆரு சத்தம்."

"இவனேதான். தொடர்ந்து ஒரு அடி ஒரு சத்தம். காவக்காரங்க நிப்பானா. ஊரப்பாத்து ஓட்டம் கெலிச்சுட்டான். முத்தையா ரெம்பச் சாதாரணமா நடந்து போனான். போனதே சரின்னு மத்தவங்களக் கண்டமானக்கித் திட்டுனான்."

"பேசணும். நடுக்காட்ல வுட்டுட்டுப் போனா எப்படி."

"இப்படித்தான் இவங்க காலமும் ஓடுது. அவனவனுக்கு நெல மிருந்தா ஏன் இதெல்லாம். பாடுபட்டுட்டுக் கெடப்பானே. அத நெனச்சாத்தான் என்ன கஸ்டம் வந்தாலும் நம்ம நெலம் கெடக் கட்டும்னு வைராக்கியமாருக்கு. இல்லன்னா வடக்கூரான் காட்ற ஆசைக்கு இது எப்பயோ கைமாறியிருக்கும்."

விடியக்கால உறக்கம் அவர்களை முடக்கியது.

மொட்டைப்பரும்பு கல்பொந்தில் அவனுக்கு உறக்கம் வரும் போது விடிய ஆரம்பித்துவிட்டது. எழுந்து வேட்டியை உதறி உடுத்திக்கொண்டான். சாமான்களைப் பத்திரப்படுத்தினான். முயல் கறியை எடுத்தான்.

அய்யா முழித்து வருமுன் அவரை எழுப்பிவிடணும். எச்சரிக்கை யாக எழுப்பணும். தொட்டு எழுப்பக்கூடாது. படக்கென்று ஆயுதத்தை எடுத்ததும் பாய்ந்துவிடுவார்.

ஆத்தாவுக்கு அதில் கவனம் உண்டு. அருகில் நின்றுகொண்டு அண்ணன் பேரைச் சொல்லிக் கூப்பிடுவாள். சத்தம் கேட்டதும் எழுந்துவிடுவார். இத்தனைக்கும் கடுமையான உறக்கத்திலிருப்பார்.

அய்யா படுத்திருந்த பொந்துக்குப் போனான். அவர்மேல் கல்லெடுத்துப் போட்டான்.

"அதுக்குள்ள வந்துட்டயா. கொஞ்சநேரங் கழிச்சு ஓங்கிட்ட வரணும்னு இருந்தென்."

"நல்லா விடிஞ்சுபோச்சு. ஆளுமொகம் தெரியாமப் போயிறலாம்."

இருவரும் விடியக்கால இருட்டிலேயே புறப்பட்டார்கள்.

3

"இண்ணைக்கென்ன பொதங்கெழமையாச்சா. இதுக்குள்ள அவன் பொணத்த அறுத்துக்கிறுத்து முடிச்சிருப்பாங்க. எல்லாம் முடிஞ்சு கேசு சோடன நடக்கும். சாச்சிக்கு ஆளு தயாரிப்பான் போலீஸ்காரன்.

கம்மாயில் செடிசெத்தைகளைச் செதுக்கிக்கொண்டிருந்தார் அய்யா.

"சுருட்ட எருமையச் சாச்சுப்போட்டு அறுத்தது போலருக்கும்."

செதுக்கிய செடிகளை அப்புறப்படுத்தினான் அவன்.

"வாய்ப்பான உருப்படியாச்சே."

"வெட்னதும் அவன் கையி என் காலுமேல வுழுந்தது பாருங்க. எவ்வளவு கனமா இருந்துச்சு."

"அந்த நேரம் வெரலுக்குள்ள என்ன ஆம்புட்டாலுஞ் சரி எடுக்க முடியாது."

"அதத் தூக்கீட்டு வரலாம்னு நெனப்புத்தான். அது இருக்கிற கனத்துக்கு வேண்டாம்னு சனியன எத்தித் தள்ளீட்டு ஓடிவந் துட்டென்."

"எடுத்துட்டு வந்து சூப்புப்போடவா."

முள்கொப்பை வீசியெறிந்தார் அய்யா.

அவன் ஒரு செடியைப் பெருக்குமார் மாதிரி பிடித்து செதுக்கிய இடத்தைத் தூர்த்தான்.

"சாச்சி எவன் சொல்லுவான்."

“அவங்களுக்கா ஆளு கெடைக்காது. எங்கயாச்சும் சம்பாரிச்சிருவான். பத்தஞ்சக் குடுத்தா கோர்ட்ல சத்தியம் பண்றதுக்கு எத்தன உசிரு காத்துக்கெடக்குது... இவன் சங்கதியில எவனும் வரமாட்டான்னு நெனைக்கென்.”

“கடக்காரன நிச்சயமாப் போட்ருப்பாங்க. அவன் என்னப் பாத்துருக்கான் முந்தி. தங்கச்சிக்கு அண்ணைக்குச் சாயந்தரம் அவன் கடையிலதான் பண்டம் வாங்கிக்குடுத்தென். வழக்கமா வாங்குவென்.”

“அவன் அப்பிராணி. சொல்லமாட்டான்.”

“வேற எவன் சொல்லுவான்.”

“வடக்கூரான் வீட்ல மேல்பாக்கானே தடியன். அந்தப் போக்கத்த பெய சொல்லுவான்.”

“துமுருப்புடிச்ச பெய. கோர்ட்டுக்கு வருவான். அவனக் கைவச்சிருக்கணும் மொதல்ல. அவந்தான் எல்லாத்துக்கும் கையாளு.”

“சாச்சி சொன்னான்னா ரெண்டாவது கெடா அவந்தான். அதனால என்ன வந்தாலுஞ் சரி. ஆனா ஒண்ணு, பெரியவன் தொலஞ்ச பெறகு வாலாட்ட மாட்டான்னு நெனைக்கென்.”

“மனசில பயமிருந்தா அவனுக்கு நல்லது.”

“பயந்து புண்ணியமில்ல. நெலமைய ஒணரணும். அப்பத்தான் உருப்படுவான்.”

“கெத்தா இருந்தவனாச்சே. லேசுக்குள்ள ஒணருவானா.”

“அனுபவிக்கப்போறது ஆரு... நடக்கிறது நடக்கட்டும். கேசுல ஒம்பேரவா மொத எதிரியாச் சேக்கப்போறாங்க. போலீசு அவ்வளவுக்கு மடையனா.”

“ஒங்களச் சேப்பானா.”

“கண்டிப்பா.”

“நாந்தான்னு ஒத்துக்கிறென். அப்ப என்ன செய்வாங்க.”

“நம்பணுமே. பதினஞ்சு வயசுகூட ஆகல. அவ்வளவு துணிச்சலோட தனியா எப்படிச் செய்ய முடியும். நான் தூண்டிவுட்டன்னு சொல்லுவான். இல்ல நான் செஞ்சிட்டு ஒன்னய ஒத்துக்கிறச் சொன்னதாக் கதகெட்டுவான்.”

“மாமாவக்கின்னாச் சேப்பானா.”

"எப்படியாகுதுன்னு பாப்பொம். மாமாவச் சந்திச்சாத் தெரியும்."

சிறிய களம்போல் செதுக்கியிருந்தார்கள். உட்காரத் தோதா யிருந்தது. சுற்றிலும் மறைந்திருந்த புதர்கள். கம்மா முழுக்க அடர்ந்த கருவமரங்கள்.

உள்ளிருந்து பார்த்தால் கரையில் நடமாட்டங்களைக் கவனிக்க முடியும். தப்பிக்கத் தோதாகப் பின்பக்கம் மேட்டுப் பரப்பில் மலைக்கு ஓடுகிறாற்போலவும் தண்ணீரில் நீந்திக் கரைக்குச் செல்ல வசதியாகவும் இடத்தை அமைத்திருந்தார்கள். அருகில் தண்ணீர் கிடந்ததால் குளிர்ச்சியாக இருந்தது. அய்யா செதுக்கியிருக்கும் அழகைப் பார்த்தால் அங்கேயெ படுத்து உறங்கிவிடலாம் போலி ருந்தது.

அய்யா இன்னொரு இடத்துக்கும் போய்ச் செதுக்கினார். அப்படித்தான் முடிவு. ராத்திரியில் இருவரும் தனியாகவே படுக்கணும். மலையில் மாதிரி.

"நீங்க செதுக்கீட்ருங்க. நான் கரப்பக்கம் போயி பான சம் பாரிச்சிட்டு வாறென். மதியத்துக்கு எதாச்சும் ஆக்கணுமே."

"அது ஒண்ணு செய்யணுமோ. என்னடா இது. ஒருசாண் வயித் துக்காக மனுசன் லோல்படவேண்டியிருக்கு. வயிறு பசிக்காம இருக்கப்புடாதா. பத்து நாளைக்கொருக்கச் சாப்பிடுறாப்புல இருக்கணும். சரிசரி போய்வா. பத்தரமாகத் திரியணும் சாமாங்கள வச்சுக்கிட்டு. சுத்திப் போ."

அவன் யோசனையில் நடந்தான். மருகாலைச்சுற்றி கலிங்கலேறி சுற்றிலும் நோட்டம்விட்டான். கரைக்கு வடக்கே ஒரே வயல்வெளி. பெரும்பாலான வயல்களில் நிலக்கடலைச் செடி அடர்ந்திருந்தது. சில இடங்களில் பெண்கள் திரிந்தார்கள். நடுப் பகுதிகளில் வாழைத் தோட்டம். ஒரு வெற்றிலைக் கொடிக்கால்.

கரையில் நடந்தான். மடையைத் தாண்டியதும் வெளிச்சரிவில் இறங்கிப் பெருவாய்க்கால் வழியாகப் போனான்.

ஒரு சங்கஞ்செடிக் கும்மலில் சரசரப்புக் கேட்டது. ஒதுங்கி நின்று கவனித்தான். ரெண்டு பேர் செடிப் புதரைக் கம்பால் எழுப்பிக் கலைத்துக்கொண்டிருந்தார்கள். இன்னொருவர் நுனியில் சூலாயுதம்போல் உள்ள கம்பைக் குத்துவசத்தில் வைத்துக்கொண்டு நின்றார். இது என்ன வேட்டையாயிருக்கும்.

அதுக்குள் திடீரென்று பெரிய பாம்பொண்ணு நெளிந்து ஓடியது. கம்பு வைத்திருந்தவர் சூலாயுதத்தால் அதன் மண்டையிலேயே

குத்திவிட்டார். அது நகர முடியாமல் வாலைச் சுழட்டி கம்பில் சுற்றியது. மூணு பேர் முகத்திலும் சந்தோசக் களை.

ஒருவர் பாம்பு மண்டையைப் பிடித்து உடலைக் கையில் சுற்றிக் கொண்டார். மண்டையை இறுகப் பிடித்ததும் அது நாக்கைக் கம்பிபோல் நீட்டிச் சுருக்கியது. கழுத்திலிருந்து வால்வரை தூசுபோக உருவினார் அவர். உடம்பு துருத்திபோல் புடைத்துக் குறைந்தது. வழுவழுப்பாக நீளமான சாரைப்பாம்பு.

ஒருவர் துணியில் வைத்திருந்த கத்தியை எடுத்து பாம்பு மண் டையைக் கத்தரித்தார். பிறகு மல்லாக்க நீட்டிப் பிடித்து உள்பக்கம் கோடுபோல் கீறித் தோலை அலக்காக உரித்து உடுக்குபோல் சுற்றி வால்நுனியாலேயே கட்டிப் பையில் போட்டுக்கொண்டார். உரித்த பாம்பு ரத்தமும் சதையுமாகத் துள்ளிக்கொண்டிருந்தது.

அப்புறம் கரையில் ஒரு எலிப்பொந்தில் மண்ணள்ளி முகந்து பார்த்தார் ஒருவர். மற்றவர்களுக்கும் முகந்துபார்க்கக் கொடுத்தார். மூணு பேரும் தலையாட்டி முடிவுக்கு வந்தார்கள். எலிப்பொந்தைத் தடியால் அவசரமாகத் தோண்டினார்கள். ஒருவர் பொந்துக்குள் கையை விட்டு பாம்பு வாலைப்பிடித்து இழுத்தார். முடியவில்லை. அதுக்குமேல் வேணாமென்று இன்னொருவர் தடுத்தார்.

மண்ணைத் தோண்டினார்கள். தோண்டத் தோண்ட பாம்பு வாலை உயர்த்திப் பிடித்து அமுக்கிக்கொண்டே போய்த் தலையில் குத்தி எடுத்தார்கள். சரியான நல்லபாம்பு. அதையும் தோலைக் கிழித்தார்கள். தோலில் இருந்த உண்ணியைப் பிடுங்கிப் போட்டு மடித்தார்கள். அதுக்குப் பிறகு எதையும் தேடாமல் போய்விட் டார்கள்.

சொல்லிவைத்ததுபோல் ரெண்டு இடத்தில் மட்டும் பிடித்து விட்டுப் போனது ஆச்சரியமாயிருந்தது. அதைவிட ஆச்சரியம் அவர்கள் பாம்புக்குப் பயப்படாமல் திரிந்தது. ரெம்பக் கட்டுப்பாடு. பாம்புகளைப் பிடித்து முடிக்கும்வரை யாரும் ஒரு வார்த்தை பேச வில்லை. இந்தக் கவனமும் மனத் தைரியமும் எவனுக்கு வரும். வைத்தகுறி தவறாமல் தலையில் குத்துகிறானே அதை எப்படிச் சொல்வது.

அவன் பனைக்கும்மலில் நுழைந்து சட்டையைக் கழட்டி மறைவான இடத்தில் வைத்தான். அரிவாளை மட்டும் இடுப்பில் தொங்கவிட்டான். பனைகளில் பதினிக்கலயங்கள் தொங்கின. அதிகக் கலயங்கள் உள்ள பனையில் ஏறினான். போகப்போக பனை பருத்து கழுந்தில் மொத்தியாக இருந்தது. அதைக் கடந்து மட்டையைப் பிடிக்கும்வரை கஷ்டம். இடையில் கால் பின்னித் தவிப்பாறினான். ஏறி மட்டையைப் பிடிக்கும்போது பாம்பு ஞாபகம் வந்தது.

பதினிக்கலயங்களில் மொய்க்கும் எறும்புகளைப் பிடிக்கப் பனையில் பாம்புகள் ஏறும். மட்டைப் பொதிவுக்குள் சொகமாகப் படுத்திருக்கும்.

பனைமட்டையில் உட்கார்ந்து கலயங்களை நோட்டம் விட்டான். காலைப்பதினி இறக்கியிருந்ததால் கொஞ்சமே ஊறியிருந்தது. ரெண்டு கலயங்களைக் கழட்டினான். மற்றவற்றில் ஊற்றினான். இடுக்கிவிடப்பட்டிருந்த பாளைகளைச் சொட்டவிடாமல் வேறு கலயங்களில் சொருவினான். காலிக் கலயங்களை அரணாக்கயிற்றில் கட்டிக்கொண்டு பத்திரமாக இறங்கும்போது சொதிமட்டை மறைவில் பெரிய கலயம் தொங்கியதைக் கவனித்தான். அதில் மட்டும் சுண்ணாம்பு தடவியிருக்கவில்லை.

“எவ்வளவு கோளாறாக் கள்ளுப் போட்டுருக்கான்.”

சிரித்துக்கொண்டே இறங்கினான். சுற்றிலும் ஆள் பார்த்தான்.

கம்மாய்க்குள் வரும்போது அய்யாவைக் காணவில்லை. யோசித்து முடிக்குமுன் அவர் முனக்கம் கேட்டது. அண்ணாந்து பார்த்தான். உயரே கருவைக்கொப்புகளைச் செதுக்கி முள்கவைகளைப் பரண் போல் அமைத்துத் தோதாகப் படுத்திருந்தார்.

“சோத்துப் பான சம்பாரிச்சிட்டயா. ஒனக்குச் சொல்லி வச்ச மாதிரி கெடைக்குதே.”

“பதினிக் கலயம் ரெண்டக் கழட்டீட்டு வாறென்.”

“பனையிலயா ஏறுன கோட்டிப்புள்ள. காட்டிக்குடுக்கிறதுக்கு வேற வழி வேணாம். பனையேறி கண்டா சும்மா வுடமாட்டான்.”

“ஆரும் இல்ல. ஆளுப்பாத்துத்தான் ஏறுனென்.”

“பதினியோட கள்ளுப் போட்ருப்பானே.”

“போட்ருக்கான் மெடாவில. போங்களேன்.”

அவன் முகம் கருத்துப்போயிற்று. அய்யா பேசவில்லை. மெல்ல இறங்கிவந்தார். அவன் கலயங்களை எடுத்துக்கொண்டு தண்ணீர் கோலிவரப் போனான்.

அய்யா முயல் கறியை அறுக்கத் தொடங்கினார். அவன் அரிவாள் தெறிப்பைப் பார்த்துவிட்டுத் தீ மூட்டினான்.

“கறி ரெண்டு பேருக்கு ரெம்பத்தான். மொசக் கறிய நாறவச்சு வறட்டித் தின்னாத்தான் ருசி.”

“இனியொண்ணு வேணும்பீகளே.”

அய்யா தலைநிமிர்ந்தார். முகத்தில் எந்த உணர்ச்சியுமில்லை.

"நீ சின்னப் புள்ள. ஒனக்கென்ன தெரியும் அந்த ருசி. இவ்வளவு கறிக்குத் தண்ணியிருந்தா அதுக்கு ருசியே வேறதான்."

"அதெங்க மறக்கும் இவ்வளவுக்குப் பெறகும்."

"எவ்வளவுக்குப் பெறகு. அனயம் கண்டயோ நீ. நான் ஒரு பெயகிட்டக் கையேந்தியா தண்ணி கேக்கென்."

பீடியை உதறி எழுந்தார்.

"அதுல ஒண்ணும் கொறச்சலில்ல. அடுத்தவந்தான் வந்து குடுத்துட்டுப் போறான்."

"இப்ப என்னாயிப்போச்சு."

"ஒண்ணும் ஆகல. பேசாம இருங்க... நான் அந்தப் பக்கம் போயி வெறகு பெறக்கீட்டு வாறென். சோத்தப் பாத்துக்கங்க."

அவன் புதருக்குள் நுழைந்துவிட்டான். உள்ளே நடக்கையில் அய்யா நினைவு வந்தது. அவருடன் இவ்வளவு பேசியிருக்க வேண்டியதில்லை. மாமா பேசாத பேச்சா. அவராலேயே கட்டுப் படுத்த முடியவில்லை. கள் சாராயம் குடிப்பதில் மட்டும் அவர் வைராக்கியம் தோற்றுப்போகிறது. யார் வந்து கூப்பிட்டாலும் போய்விடுவார்.

கம்மாய்க்குள் புதர் ரெம்ப அடர்ந்திருந்தது. எட்டுவைக்க முடியாதபடி பல இடங்களில் செடிகள் பின்னிக் கிடந்தன. இது வரை கண்டிராத குருவிகள் பறந்து திரிந்தன. கொண்டைப் பூ வைத்தவை விசிறி வால் கொண்டவை கால் தெரியாமல் மயிர் வளர்ந்தவை... இப்படிப் பல தினுசு. இடைவிடாமல் ஏதாவதொரு சத்தம் கேட்டுக்கொண்டிருந்தது.

விருவுக்குள் கால் இடறிவிடாதவாறு நடந்தான். நிறைய கருவ மரங்களில் பிசின் குமிழிட்டிருந்தது. ஏறி அரிவாளால் செதுக்கிப் பிசினெடுத்தான். கணிசமாகக் கைகூடியிருந்தது.

ஆவரஞ்செடியில் தேன்குளவிகள் விழுவதைக் கவனித்தான். கிட்ட நெருங்கிப் பார்த்தபோது பெரிய தேன்தட்டு இருந்தது. சம்புக்கோரையைப் பிடுங்கித் தேன்குடம் இருக்குமிடத்தில் குளவிகள் கலையாதவாறு குத்திப்பார்த்தான். தேன் முழுக்க அடைத்திருந்தது. தொறட்டிக்கம்பிருந்தால் வளைத்து இழுக்கலாம். குப்பைமேனிச் செடியிருந்தால் மென்று ஊதலாம்.

சட்டையைக் கழட்டி முகத்தை மூடிக்கொண்டு அருகில் போய் தூதூவென்று தேன்தட்டை நோக்கித் துப்பிவிட்டு ஆவரஞ்செடியை அசைத்தான். குளவிகள் கலைந்து மேலே பறந்தன. உயரப் பறக்கும் போதும் தனித்தனியே பிரியாமல் சிக்குப்பட்ட சணல்கட்டாகக் கூடிக் கிறுவாணம் சுற்றின.

தேன்தட்டிருந்த கொப்பை இணுங்கி புழுத்தட்டைப் பிய்த்துப் போட்டான். தேன்குடம் மட்டும் கொப்பில் ஒட்டியிருந்தது. அப்படியும் கையில் ரெண்டு குளவிகள் கொட்டிவிட்டன. ஒடிந்திருந்த கொடுக்குகளைப் பிடுங்கினான்.

இன்னேரம் முத்தம்மா பாட்டி இருக்கணும். புழுத்தட்டு என்றால் உயிர் அவளுக்கு. தேன் கொடுத்தால்கூட வாங்க மாட்டாள். புழுத்தட்டு கொடுத்தால் சந்தோசமாக வாங்கிக்கொள்வாள். வாயார வாழ்த்துவாள்.

“பேரப்புள்ளீக நல்லாருக்கணும்.”

புழுத்தட்டைச் சீனிப்பலகாரம் மாதிரி பிட்டுப்போட்டு மெல்லுவாள். இரு கடைவாயிலும் புழு நசுங்கிப் பாலாக வடியும். புழு தின்றால் கண் பார்வை நன்றாகத் தெரியுமாம். அவளுக்குத் தேன் தட்டுக் கிழவியொன்றே பேராகிப்போனது.

அண்ணனுக்கு அவள்மேல் பிரியம் ரெம்ப. ஆடு மேய்க்கும் போது எந்த இடத்தில் தேன்தட்டு எடுத்தாலும் புழுத்தட்டை அவளுக்காக வைத்திருந்து கொடுப்பான்.

தேனெடுப்பதில் அண்ணன் கைதேர்ந்தவன். எவ்வளவு பெரிய மரமானாலும் ஏறி எடுத்துவிடுவான். கல்பொந்துகளில் தந்திரமாக நுழைந்து எடுப்பான். கடமாங்குளவிக்குக்கூடப் பயப்படமாட்டான். கடமாங்குளவி இரைச்சலைக் கேட்டாலே பயமாயிருக்கும். வீவீ என்று விரட்டிக்கொண்டு வரும்.

ஒருசமயம் கிணற்றுப் பொந்துக்குள் எடுக்கும்போது குளவி விரட்டித் தண்ணீருக்குள் விழவேண்டியதாய்ப் போயிற்று. நல்ல வேளைக்கு நொறுக்கி வைத்திருந்த எருத்துண்டுகளை மிதக்கவிட்டு அவற்றில் குளவிகளை உட்காரவைத்து ஒரு மூலை வழியாகத் தப்பிக்க முடிந்தது.

அப்படியும் அண்ணன் அதை விடவில்லை. ரெண்டு நாள் கழித்துத் தீப்பந்தம் கொளுத்தித் தேனெடுத்தான். அடுக்கடுக்காகத் தேன்குடம் இருந்தது.

தெருவில் மருந்துக்குத் தேன் வேண்டுமென்றால் அண்ணனிடம் கேட்பார்கள். உடனே கிடைக்கும். என்னேரமும் சுவரில் சீசா

நிறையத் தேன் தொங்கும். ஆடு மாடு வேண்டாத குழையைத் தின்று செருகிவிட்டால் தேன் நல்ல மருந்து. அண்ணனுக்கு அந்த எச்சரிக்கை எப்போதும் உண்டு.

அது மட்டுமில்லை. வீட்டில் புங்கை நெற்று இருக்கும். முள் ளெலித்தோல் இருக்கும். சிறு குழந்தைகளுக்குக் குத்திருமல் வந்து விட்டால் ஓடிவருவார்கள். அந்த மாதிரி கருத்துளைத்து மருந்துப் பண்டங்களைச் சேர்த்துவைக்க வேறு ஆளில்லை.

கம்மா மரங்களுக்கூடே செம்புகாத்தான் பறவைகள் தத்தித்தத்தி ஓடின. அவை பெரும்பாலும் பறப்பதில்லை. நடந்தே திரியும். இவ்வளவு பெரிய சிறகு வைத்துக்கொண்டு சனியன் எவ்வளவு தூரம் பறக்கலாம். சோம்பேறிக் கழுதை மாதிரி திரிகிறது.

சில நாட்களில் நாயை ஏவிவிடுவான். அதுக்கும் ஓடித்தான் சமாளிக்கும். தவித்துவிட்டால் முள்செடிகளுக்குள் நுழைந்துகொள்ளும். மோப்பத்தில் நாய் வாலாட்டித் துள்ளும். ஓடிப்போய் எறிந்து விரட்டினால் வேண்டா வெறுப்பாகப் பறக்கும் கொஞ்ச தூரம்.

நாயிருந்தால் இன்னேரம் நன்றாயிருக்கும். அதன் சேட்டைகளை வேடிக்கை பார்த்துக்கொண்டே கம்மா முழுக்கத் திரியலாம். வீட்டில் எப்படி இருக்கிறதோ. மாமா சமாளிப்பது பெரிய கஷ்டம். ரெம்பத் தொந்தரவு பண்ணினால் கட்டிப் போட்டிருப்பார்கள். வசவுபோல் முனங்கும். அத்தைக்கு இது வேறு சுமை.

மாமா ஒருவேளை வெளிப்பக்கம் தலைமறைவாயிருப்பார். அய்யா சொன்னதுபோல் அவரையும் கேசில் சேர்த்துவிட்டால் என்ன செய்வது. அப்படியும் செய்வார்கள். அவர்மேல் கருவிக் கொண்டு திரிகிறவர்கள் ரெம்பப் பேர் உண்டு.

மாமா சுளிவுக்காரர். அததுக்கு வெட்டுவிலக்குப் பார்த்து நடந்து கொள்வார். அப்படியில்லையென்றால் இன்னேரம் பல தடவை செயிலுக்குப் போயிருக்கவேண்டியவர்.

மாமாவைப் பார்க்கணும் போலிருக்குது. பக்கத்தில் இருந்தால் நிறைய விசயம் பேசுவார். புதுசு புதுசாகச் சொல்வார். பெரிய மனுசனுடன் பேசும் தோரணையில் பேசுவார். தீட்டுப் பலகையில் கத்தி தீட்டுவதுமுதல் ஆயுதங்களை வெளியே தெரியாமல் வைத் திருப்பதுவரை யோசனைகள் சொல்வார். கண்டகோடாலியைக்கூட விலாப்பக்கம் சொருவிக்கொண்டு சாதாரணமாக நடக்கிறவர் அவர்.

மாமாவைச் சந்திப்பதுபற்றி அய்யாவிடம் பேசணும். இப்படியே போனால் நாள் ஓடிவிடும். அய்யா சரியென்றால் ஊருக்குப் போய் மாமாவைப் பார்த்துவிட்டுத் திரும்பணும். ஊருக்குள் இல்லை

யென்றால் துப்பு விசாரித்துப் பார்க்கணும். அய்யனாரண்ணனிடம் கேட்டால் தெரியும். அவனிடம் சொல்லாமல் போகமாட்டார்.

அத்தை ஒண்டிக்கட்டையாக இருப்பாள். பேச்சுத் துணைக்கு ஆளிருக்காது. ஆத்தாவும் கிளம்பிப் போய்விட்டாள். ஆத்தாவுக்கிருக்கும் தெம்பு அத்தைக்கு வராது. மனசு கஷ்டப்பட்டால் பெருமூச்சுவிட்டுக் கண்ணை மூடுவாள். சோளம் சிந்தியது போல் கண்ணீர் சொட்டும். அவளைப் பார்த்துத் தைரியம் சொல்லிவிட்டு வரணும்.

அன்றைக்கு அழுத முகத்தோடு பார்த்தது. அவள் குணத்துக்குச் சந்தோசமான பிழைப்பு கிடைக்கவில்லை.

வீடு எப்படியிருக்கிறதோ. நிச்சயம் கதவு நிலையை உடைத் திருப்பார்கள். போலீஸ்காரனுக்குத் துப்புத் தெரிந்திருக்காது. எந்தப் பயலாவது கிள்ளிவிட்டிருந்தால் சொல்ல வேண்டியதில்லை. பக்கத்து வீட்டுக்காரர்களையும் தொல்லைப்படுத்துவான். ஒருத்தன் செத்ததுக்கு ஊர்க்காரன் ஏன் அடிபடணும்.

போலீஸ்காரனுக்கு அப்படியொரு புத்தி. நல்ல ஆம்பளை யென்றால் செய்தவனைப் பிடிக்கணும். அதுதான் கெட்டிக்காரத்தனம். பொம்பளை பிள்ளைகளை இம்சைப்படுத்துவது பெட்டைத்தனம்.

ஊரில் இப்படி நிறைய நடந்திருக்கிறது. யாரோ செய்திருப்பான். யாரையோ கொடுமைப்படுத்துவார்கள். சும்மா இருப்பவனை ஸ்டேசனுக்குக் கொண்டுபோவார்கள். ரெண்டு நாள் கஞ்சி தண்ணி யில்லாமல் வைத்திருந்து அனுப்புவார்கள். சில சமயம் ஒண்ணும் செய்யாதவனையே கேசில் மாட்டுவார்கள்.

ஒருவனை நாயைப்போல் சங்கிலி மாட்டியா கட்டிப் போடுவது. கொஞ்சமாவது மனுசத்தன்மை வேணாமா. திடகாத்திரமானவனை உடம்பு முழுக்க நொறுக்கி அனுப்புவதில் சந்தோசம். தட்டிக்கேட்க நாதியில்லை. அவர்கள் வைத்ததுதான் சட்டம்.

இதையெல்லாம் நினைக்கும்போது ஏன் ஓடிவந்தோம் என்றிருக்கிறது. வடக்கூரானை வெட்டிய கையோடு ஸ்டேசனுக்குள் நுழைந்திருக்கணும். பிறகும் மாமாவிடம் யோசனை கேட்டுக் கொள்ளலாமென்றுதான் தப்பி ஓடியது.

இதைப்பற்றி அய்யா பேச்செடுப்பதில்லை. சொன்னால் கோவப் படுவார். எப்படியும் இன்றைக்குக் கேட்டாகணும்.

ஒரு கையில் விறகுச் சுள்ளிகளை அடுக்கிப் பிடித்திருந்தான். இன்னொரு கையில் பிசின்திரளும் தேன்தட்டும். அய்யாவிடம் திரும்பினான். அவர் கலயத்தில் தண்ணீர் எடுத்துவந்துகொண்டி ருந்தார்.

"கையில என்னென்னமோ பண்டமிருக்குதே."

"பிசினு ஏராளம் வடிஞ்சு கெடக்குது. கொஞ்சம் எடுத்தென். வாற வழியில ஒரு தேந்தட்டு இருந்தது."

தேன்தட்டை நீட்டினான். அவர் வாங்கி ஒரு துண்டைப் பிட்டு வாயில் போட்டார். முகம் சந்தோசத்தில் களையாயிருந்தது.

சாயங்காலம் கம்மாயின் அமைதி கலைந்துகொண்டிருந்தது. நீர் வாகரையில் உட்கார்ந்து பொழுதடையும்வரை பேசிக்கொண்டிருந்தார்கள். அவன் நீர்ப்பரப்பில் மீன் துள்ளுவதை ரசித்தவாறு அய்யாவின் வார்த்தைகளைக் கவனித்துக் கேட்டான்.

காடுகளில் வேலை முடிந்து சனங்கள் கம்மாக்கரை வழியே பேசிக்கொண்டு போனார்கள். மடையை யாரோ அடைத்துவிட்டு நடந்தார்கள்.

மதியம் சாப்பிட்டுவிட்டு மீதியிருந்த சோற்றைச் சாயங்காலம் நேரமிருக்கவே சாப்பிட்டு முடித்திருந்தார்கள். அப்படிச் சாப்பிடுவது அய்யாவுக்குப் பிடிக்கவில்லை. இருட்டியபின் சாப்பிட்டுக் கொள்ளலாம் என்றார். அவன் கட்டாயப்படுத்தினான். கலயங்களை மறுபடியும் பனையில் கட்டணுமே. அந்தப்படி ஆள் நடமாட்டம் தொடங்குமுன் கட்டிவிட்டு வந்தான்.

அய்யாவுக்குக் கொஞ்சம் வருத்தம்.

"ஓம்பாட்ல வெளியேறித் திரியிறயே ஆகாற காலத்துக்கு ஒண்ணுட்டா ஒண்ணு ஆயிக்கிருச்சுன்னா என்ன செய்றது நடுக்காட்ல வந்து கெடந்துக்கிட்டு."

"இங்க எவன் வரப் போறான்."

"அப்படிப் பேசுறதுதான் தப்புன்னு சொல்றென். பக்கத்துல இருக்குதே அந்த ஊரப்பத்தி ஒனக்குத் தெரியுமா."

"நான் பாத்துக்கிட்டதில்ல."

"அங்கதான் வடக்கூரான் வழிச் சனங்க ரெம்ப இருக்காங்க. தப்பித் தவறி எவன் கண்ணுலயாச்சும் தட்டுப்பட்டு எதுக்கு வம்ப வெலைக்கு வாங்கணும்."

"அப்படி வந்தா வரட்டும்."

"நம்ம இருக்கிற எடத்துல இருந்துக்கிட்டு இப்படிப் பேசணும்ப்பா. நீ சொல்லீருவ லேசா. நான் ஆருக்குன்னு பதிலுச் சொல்லுவென். ஒன் மாமா கண்ணுல முழிக்கவுடுவாரா இல்ல ஆத்தாகிட்டத்தான்

சொல்ல முடியுமா. ஒரு வார்த்த சொல்றதுக்குள்ள அத்த அழுது மாஞ்சிருவாளே."

அய்யா குரல் கரகரத்தது.

"இப்ப என்ன நடந்துபோச்சு. எதையெதையோ பேசுறீக. இனிமே நான் வெளிய போகல."

கொஞ்ச நேரங்கழித்து அய்யா கேட்டார்.

"அரிசி காலியாகிப்போச்சு. நாளைக்கு என்ன செய்யலாம்."

அவன் யோசித்தான்.

"எப்படியாச்சம் சமாளிக்கணும்."

"வழியில்லாமயா."

"பிசின வெலைக்குப் போட்டு அரிசி வாங்கீட்டு வாறென்."

"நீ வாங்கிப்போட்டுச் சாப்பிடவா. கொஞ்ச நேரத்துக்கு முந்தித்தான் படிச்சுப் படிச்சுச் சொன்னென். அதுக்குள்ள இப்படிப் பேசுறயே."

"அப்ப நீங்க வாங்கீட்டு வாறீகளா."

"நாளைக்குப் பட்னி கெடப்பொம்."

அய்யா அவனைப் பார்த்தார். அவன் தெம்பாகச் சொன்னான்.

"ஏலமாட்டாறவுகதான் பட்னி கெடக்கணும். கையில் காச வச்சுக்கிட்டு ஏன் வயித்தக் கெட்டணும்."

"சரிப்பா எனக்கு ஏலலன்னே வச்சுக்கோ."

"அப்ப நான் வாங்கீட்டு வாறென். அதுக்கும் வேண்டாமிங்கீக. ஊருக்குப் போயி மாமாவப் பாத்து எல்லாம் வாங்கீட்டு வந்துறென்."

"மாமாவப் பாக்கணும்னு சொல்லேன்."

"ஆமா."

"அவரு ரெம்ப நாளைக்கு அரிசி கெட்டிக் குடுத்துருந்தா அவரப் பெறகு பாத்துக்கிறலாமில்லையா."

"ஒரு மூட கெட்டிக் குடுத்துருந்தாக்கூட நல்லா பொங்கித் தின்னுட்டே திரியலாம். ஒளிஞ்சு திரியிறவங்க ஓடுறதுக்கு வழியில் லாம முதுகுல சொமைய ஏத்திவுடுறதுக்கு அவ்வளவு யோசன கெட்டவரா. இப்ப அவரத் தேடிப் பாத்து அரிசி குடுங்கன்னுதான கேக்கப்போறாக."

"பெறகு அவரப் பாத்து என்ன செய்ய. ஊருக்குள்ள இருக்க ணுமே."

"நம்ம பாட்ல வந்து கெடந்துக்கிட்டா எப்படி. அவரப் பாத்து நெலவரத்தத் தெரிஞ்சுக்கிற வேணாமா."

"தெரிஞ்சு என்ன செய்ய."

"நீங்க இப்படித்தான் பேசுவீக. அண்ணைக்கே நேரா டேசனுக்குப் போயிருந்தா இவ்வளவெதுக்கு. என்னால எல்லாரும் சங்கடப் பட்டுக்கிட்டு."

அய்யா அவனைத் தட்டிக்கொடுத்தார்.

"அப்படியே நீ ஆசரராகியிருந்தாப்புல நாங்க சும்மாருக்க முடியும்னு நெனச்சயா. இதுக்குமேலதான் அலையணும். எல்லாரவும் இம்சப்படுத்துவான். மைனரப் போயி கேசுல மொத எதிரியாச் சேப்பானா எவனாச்சும்."

அவன் சற்று மௌனத்துக்குப் பின் கேட்டான்.

"அப்ப மாமாவப் பாக்க வேணாமா."

"பாக்கணும் கண்டிப்பா."

"இங்க இருந்துக்கிட்டா."

"நாளைக்கு வருவாரு."

"ஒங்களுக்கெப்படித் தெரியும்."

"நேத்துப் பாத்தென்."

"கம்மாய்க்குப் போனன்னீகளே."

"இதுக்கிது இருக்கிற கம்மாய ஒரு நாளு முழுக்கப் பாத்துட்ருக்கவா. நேர ஊருக்குப் போயி சமாச்சாரங்கள வெசாரிச்சிட்டு வந்தென்."

"மாமா வீட்ல இருந்தாரா."

"அதெப்படி இருப்பாரு. துப்புவெட்டிப் போயிப் பாத்தென். ஊரச் சுத்தீட்டுத் திரியிறாரு."

"அத்தையப் பாக்கலயா."

"பாத்தென். மாமாவுக்கு அவதான் துணிஞ்சு சோறு கொண்டு போயிக் குடுக்கா."

அவனுக்குச் சந்தோசமாயிருந்தது. அதுக்குமேல் எதுவும் துளைத்துக் கேட்கவில்லை. நாளைக்கு மாமா வந்தால் எல்லா விசயங்களையும் கேட்டுக்கொள்ளலாம்.

அய்யா ஊருக்குப் போயிருப்பார் என்று நினைக்கவில்லை. பேச்சுவாக்கிலாவது சொல்லட்டுமே. இப்படிப் பல விசயங்களை மனசில் போட்டுக்கொள்வார்.

ராத்திரி நேரம் கம்மாய்க்குள் படுத்திருப்பது புதுசாயிருந்தது. அடிக்கடி நீருக்குள் உண்டான அலம்பலால் தொடர்ந்து உறங்க முடியவில்லை. நேற்று அலைந்த அலைச்சலுக்கு அய்யா இன்று அமைதியாகப் படுத்துவிட்டார்.

குடும்பத்தில் வருசா வருசம் நிம்மதி குறைந்து கம்மாயில் கொண்டுவந்து நிறுத்தியிருக்கிறது. விசாகம் வந்தால் வீட்டில் ஆத்தாவுக்கும் அத்தைக்கும் அழுகை வருகிறது. விசாகமென்றால் வீடு இப்படியா இருக்கும்.

அப்போது சானகி இருக்கிறாள்.

அந்த வருசம் விசாகத்துக்கு வீட்டில் எல்லாருக்கும் கோடி எடுத்திருந்தார்கள். ஆத்தா காலையில் குளித்துச் சேலை உடுத்திக் கொண்டாள்.

தலையிலும் தாலிக்கயிற்றிலும் சிறிய மருக்கொழுந்துக் கண்ணி சொருவியிருந்தாள். ஒருச்சாய்த்துக் குனியும்போது செவியைச்சுற்றி தலைமயிர் வரிசைப் பின்னலில் பாய்விரித்தது.

அண்ணனையும் அய்யாவையும் பார்த்துவிட்டு ஆத்தா சொன்னாள்.

“இப்பயே அண்ணந் தம்பிகணக்கா இருக்கீக. கொஞ்ச நாளு போச்சுன்னா ஆரு தகப்பன் ஆரு மகன்னு தெரியாது.”

அவன் திருணையில் புதுத் துணிகளை நோண்டியவாறு குளிக்காமல் உட்கார்ந்திருந்தான். அய்யா அதட்டினார்.

“என்னலே செலம்பரம் சட்டத்துணி போட்டுக்கிறாம மூலையில உக்காந்துட்ட.”

அவன் உம்மென்றிருந்தான். ஆத்தா போகிற போக்கில் முனங் கினாள்.

“சின்னக் கொழந்தைக்கு நான் கூட இருந்து ஊத்திவுடணுமாம்.”

வாசலில் அத்தை குரல் கேட்டது.

“செலம்பரம் ஏன் ஒரு மாதிரியா இருக்கான்.”

ஆத்தா அவளைக் குறும்பாகப் பார்த்தாள்.

“நீதாம்மா ஒம் மருமகனக் கேட்டுத் தெரிஞ்சுக்கிறணும்.”

அத்தை அவனை அணைத்தபடி அழைத்துப் போனாள்.

"இந்தப் புதுச் சட்டைய வச்சிட்டு வா. நாளைக்குப் போட்டுக்கிறலாம்."

போகும்போது ஆத்தா முணுமுணுத்தாள்.

"பெறகேன் சிணுங்கமாட்டான் இவ்வளவு எளக்காரம் குடுத்தா."

அத்தை அவனைக் குளிப்பாட்டி மாமா எடுத்திருந்த புதுச் சட்டைகளைப் போட்டு அழகுபார்த்தாள்.

ஏற்கெனவே கோடியணிந்து எதையோ கொறித்தபடி வாசப்படியில் உட்கார்ந்து அவர்களைக் கவனித்துக்கொண்டிருந்தாள் சானகி.

அத்தை அவளைப் பார்த்துச் சிரித்தாள்.

"செலம்பரம் வந்தாச்சு. இனிச் சாப்பிடலாமா எல்லாரும்."

உள்ளிருந்து மாமா குரல் கேட்டது.

"இண்ணைக்கு சானகிதான் எல்லாருக்கும் சாப்பாடு குடுப்பா."

அய்யா அவனைத் தேடி வந்திருந்தார். எல்லாவற்றையும் கவனித்துவிட்டு மாமாவைக் கேட்டார்.

"என்ன மாப்பிளே, நம்ம பையன இப்பயே வசப்படுத்துறீரா."

மாமாவுக்கு வைராக்கியம்.

"எம் பொண்ணுக்கு ஒரு பெயல வசப்படுத்தணுமாக்கும். வீடு தேடிவந்து நாயாக் காத்துக்கெடக்க மாட்டானோ."

"பாப்பமா."

"என்னத்தப் பாக்கிறது. ஓங்க மைனரு காத்துக்கெடக்கிறது தெரியலயா."

அய்யா அவனை முறைத்தார்.

"பாருலே ஓங்க மாமா பெருமையடிக்கிறத. இனிமே இந்த வீட்டுக்கு வந்த தொலிய உரிச்சுப்புருவென்."

பொய்யாக விரட்டினார். அவன் ஓடிப்போய் மாமா கையைப் பிடித்துக்கொண்டான்.

வாசப்படியிலிருந்த சானகியைக் காணவில்லை. அய்யாவைக் கண்டு ஒளிந்துகொண்டாள். அய்யா அத்தையைப் பார்த்தார்.

"பெரிய மாமியாரக் காணுமே எங்க. அவுக கையால சாப்பிடணும்னு வந்துருக்கென்."

அத்தை உள்ளே மூடையோரம் நின்ற சானகியிடம் போனாள்.

"மாமா வீடுதேடி வந்து சோறு கேக்காக பாரும்மா. சாப்பிடக் கூப்பிடு. இல்லன்னா கோவிச்சுக்கிருவாக."

அய்யா இங்கிருந்து குரல் கொடுத்தார்.

"எனக்குச் சாப்பாடு வேணாம் தாயி. ஓம் மொகத்தக் கொஞ்சம் காமிச்சிரு, வயிறு நெறஞ்சுபோகும்."

அத்தைக்குப் பின்னால் ஒளிந்துகொண்டு சானகி எட்டிப் பார்த்தாள்.

"அடேயப்பா, போதும்மா. வயிறு ரெம்ப நெறஞ்சுபோச்சு. நான் போயிட்டு வாறென்."

அவர் கிளம்பினார். அத்தை தயங்கியபடி சொன்னாள்.

"அண்ணன் ஒரு வாயி சாப்பிட்டுட்டுப் போங்களேன்."

"இல்லம்மா அங்க ஒருபுடி புடிச்சிட்டுத்தான் வாறென். இதுக்கிது நடந்தா தவிச்சுப்போச்சு வயிறு பசிக்கிறதுக்கு."

மாமா கட்டாயப்படுத்தினார்.

"வெசாகமும் பொழுதும் வீட்ல கைநனைக்காமப் போனா நல்லால்ல மச்சான்."

"நீரு ஒண்ணு3 சாப்பாட்டுக்கென்ன கொறச்சலு மாப்பிள. நாங்க எல்லாரும் சாப்பிட்டு முடிச்சாச்சு. செலம்பரம் சாப்பிடலன்னு அவன் ஆத்தாக்காரி அடிச்சுக்கிட்டா. அவ நச்சரிப்பு பொறுக் காம வந்தென். இவுக வந்து ஓசிச் சோறு தின்னுட்டுத் திரியிறாக. பெழச்ச பெழப்புக்குக் கோடிச் சட்ட வேற."

அய்யா முனங்கியபடி கிளம்பினார். அவர் வீட்டு வாசலைக் கடக்கும்வரை சானகி வெளியே வரவில்லை.

சானகிக்கு அய்யாவைக் கண்டால் ஒரே பயம். அவர் இருக்கும் சமயம் வீட்டுக்கு வரமாட்டாள். தப்பித் தவறி வந்து எட்டிப் பார்த்தால் பெரிய முழி முழிப்பார் நாக்கைத் துருத்திக்கொண்டு. ஒவ்வொரு சமயம் ஓடிப்பிடித்து அழவைப்பார். பசாருக்கு அழைத்துப்போய் நிறைய பண்டம் வாங்கிக் கொடுத்துச் சமாதானப்படுத்துவார். அத்தைக்குச் சந்தோசம் தாங்காது. அய்யா முறையிடுவார்.

"என்னம்மா மருமக போற போக்கப் பாத்தா கடசிக் காலத்துல எனக்குக் கஞ்சித்தண்ணி ஊத்தமாட்டா போலருக்கே."

அத்தை முகத்தில் அதுக்கும் சிரிப்புத்தான்.

சானகி அவனுடன் நன்றாகப் பேசுவாள். சிரித்துச் சிரித்துப் பேசுவாள். சேர்ந்தே பள்ளிக்கூடம் போவார்கள். சேர்ந்தே விளை யாடுவார்கள். ஊருணிக் கரையில் புளியம்பூவும் பிஞ்சும் பொறுக் கித் தின்பார்கள். பிஞ்சைக் கடித்து நமட்டும்போது அவள் முகச் சுளிப்பைப் பார்க்கணும். புளிப்பைக் கலந்து சிரிப்பாள்.

அவன் போட்டிக்குக் கூப்பிடுவான். அவன் பிஞ்சு தின்பதை முகஞ்சுளிக்காமல் பார்த்துக்கொண்டிருக்கணும். அவள் நிறைய தடவை தோற்றுப்போயிருக்கிறாள்.

முற்றத்தில் நிலா வெளிச்சத்தில் சானகியோடு கூட்டாஞ்சோறு சாப்பிடுவதில் தனிச் சொகம். கேலி பேசியபடி சாப்பிடுவாள். சிரிக்கமாட்டாள். அவனுக்குச் சிரிப்பு வரும். சோறு புரையேறி பலமாக இருமுவான். வீட்டுக்குள்ளிருந்து அத்தை ஓடிவந்து தலையைத் தட்டிவிடுவாள். சானகியோ ஒண்ணும் நடக்காதது போல் சாப்பிட்டுக்கொண்டிருப்பாள்.

விசாகத்துக் கூட்டத்தில் அவனும் சானகியும் மலைக்குப் போக முடியவில்லை. அத்தை கண்டிப்பாக மறுத்துவிட்டாள். சானகிக்குக் கொள்ளை ஆசை. இதுவரை அவள் மலையேறியதில்லை. மற்ற பிள்ளைகளோடு அவளையும் விட்டுப்பிடித்திருந்தால் இவ்வளவு ஆசைப்படமாட்டாள்.

தூரத்து ஊர்களிலிருந்தெல்லாம் சனங்கள் வந்து மலையில் ஏறித் தவித்தார்கள். அதுக்காகப் பாதையைச் சீர்செய்திருந்தார்கள். இறங்கி வந்தவர்கள் ஊருணிக்கரையில் தவிப்பாறினார்கள். அவர்களைப் பார்த்து சானகிக்கு இன்னும் ஆசை.

அவனும் சானகியும் அண்ணனுடன் ராத்திரி வேடிக்கை பார்க்கப் போனார்கள். தின்பண்டம் வாங்கித் தின்பதற்கு அத்தை ரெம்பக் காசு கொடுத்தனுப்பினாள்.

அய்யா முந்தியே கிளம்பியிருந்தார். கம்பு தூக்கிப் போனால் விடிந்துதான் வருவார். இடத்துக்கு இடம் கூட்டங்களைக் கலைய விடாமல் அமர்த்தி வேடிக்கை நடக்கவைப்பதற்குச் சரியாயிருக்கும்.

அய்யா ஜின்னிங் பேக்டரியில் வேலை பார்த்தார். வடக்கூரான் மச்சினன் ஊருக்குப் புதுசாக ஆரம்பித்தார். நல்ல தோட்டத்தை விலைக்கு வாங்கி சுற்றிலும் கோட்டைச்சுவரோடு பெரிசாகக் கட்டடம் கட்டினார். இதுக்கு முந்தி கமிசன்கடை வைத்திருந்தார். வடக்கூரானின் தங்கச்சியைக் கலியாணம் முடித்த பிறகு கடைக்கு வேறு ஆள் போட்டுவிட்டார்கள். கமிசன் கடையை அடுத்து பருத்திவிதைக் கடையும் வைத்தார்கள். மாமாவுக்கும் அவருக்கும் நல்ல பழக்கம். மாமா நிலத்தில் விளையும் பருத்தியை அவருக்குக்

கொடுக்கணும். சுற்றுக்கிராமங்களில் சம்சாரிகளிடம் சொல்லணும் என்று மாமாவைக் கேட்டிருந்தார். மாமாவும் அதுக்குச் சரியென்றார்.

அய்யாவை ஒரு ஆள் தோதுக்காக ஜின்னிங்பேக்டரியில் சேர்த்திருந்தார்கள். அடிவாரத் தெருவிலிருந்து கணிசமான ஆட்கள் வேலை செய்தார்கள். அவர்களோடு கொஞ்ச நேரம் பஞ்சள்ளிப் போடுவார். மற்ற நேரம் சுற்றித் திரிவார்.

விசாகத்துக்கு ஜின்னிங் பேக்டரியிலிருந்து ஒரு சோடி வேட்டி துண்டு அய்யாவுக்கு வந்தது.

அண்ணனுக்குப் பின்னால் அவனும் சானகியும் அலைந்து வேடிக்கை பார்த்தார்கள். ஒரு இடத்தில் கரகாட்டம். ஆட்டக்காரி இடுப்பை வெட்டுவதைப் பார்த்த சானகி கேட்டாள்.

"இடுப்பு ஒடிஞ்சுபோகாதா செலம்பரம்."

இன்னொரு இடத்தில் நையாண்டி மேளமும் நரிக்குறத்தி ஆட்டமும் நடந்தது. கோயில் முக்கில் பெரிய பீடிக் கம்பெனிகள் நாடகம் நடத்தின. எந்த வேடிக்கையையும் முழுசாகப் பார்த்தோம் என்றில்லை. அவர்கள் வீடு திரும்பும்போது ரேடியோ சத்தம் மட்டும் எல்லாவற்றுக்கும் மேலாக இரைந்துகொண்டிருந்தது.

மூணு நாட்களுக்குப் பிறகு சானகி மலைக்கு வரணுமென்று அடம்பிடித்தாள். அத்தை எவ்வளவு சொல்லியும் கேட்கவில்லை. கடைசிக்குச் சம்மதித்து அவனுடன் அனுப்பிவைத்தாள். மறக்காமல் செருப்பை எடுத்துத் தந்தாள்.

சானகி மலையேறுவதற்கு சுதாரிப்பாக ஓடிவந்தாள். அவனுக்கு மலையேறக் கஷ்டமில்லை. அவளைக் கூட்டிப் போறதுதான் கஷ்டம். பாதி வழியிலேயே சிணுங்கினாள்.

"செலம்பரம் சீத்த வேணும்."

அவளுக்குப் பசுவஞ் சீத்தையென்றால் உயிர். தட்டாங்காய் மாதிரி மடியில் கட்டிக்கொண்டு தின்பாள். பள்ளிக்கூடம் இல்லாத நாட்களில் இதே சிணுங்கல்தான். பிடுங்கி வந்து கொடுக்காமல் அவள் முகத்தில் முழிக்க முடியாது.

"ஓசரப் போயிப் பாக்கலாம்."

பாதை நெடுக கெவியான இடங்களை எட்டிப் பார்த்தாள். குகைக்கோயில்வரை அவளை அரட்டிக்கொண்டே வந்தான்.

முதலில் குகைக்கோயிலைப் பார்த்ததும் அவளுக்கிருந்த சந்தோசம் மறைந்து முகம் சுருங்கிப்போயிற்று. கோயில் வாசலை எவ்வளவு ஆவலாக எட்டிப் பார்த்தாள்.

உள்ளே ரெண்டு சிலைகள் பெரிய மனுசனும் பையனுமாக. பெரியவன் சின்னவன் குடலை உருவித் தன் கழுத்தில் மாலை போட்ட வாக்கில் கோரமாயிருந்தான். சின்னவன் வயிறு கிழிந்து ரத்தம் வடிந்த கோலத்தில் முகத்தில் சாவு படிந்து கிடந்தான். இருவரும் வாயைத் திறந்திருந்தார்கள். இன்னொரு புறம் அவர் களைப் பார்த்துச் சிரித்தவாறு பெண் சிலை.

சானகி அவன் கையைப் பிடித்துக்கொண்டாள். அவன் திரும்பிக் கேட்டான்.

"என்ன அப்படிப் பாக்க."

அவளுக்கு இன்னும் பேச வரவில்லை. போகலாம் என்று இழுத்தாள். இருவரும் உச்சிப் புளியமரத்தை அடையும்வரை அவள் பேசவில்லை. மரநிழலில் உட்கார்ந்ததும் கேட்டாள்.

"அதன்ன செலம்பரம் கோயிலுக்குள்ள அப்படியிருக்கு."

"எங்கிட்டக் கேட்டா."

"நல்லாவே இல்ல."

"எனக்கும் புடிக்காது."

"பாவம் சின்னப் பெய. எதுக்கு அவங் கொடல உருவணும்."

"ஊருக்குள்ள ஒரு கத சொல்லுவாகளே தெரியாதா?"

"தெரியாது."

"பெரியவன் தகப்பனாம். சின்னவன் மகனாம்."

"த்சொ... த்சொ..."

"அதுக்குப் பக்கத்துல ஒரு கோயிலிருக்கே அதுக்குள்ள அரகொரையா ஒரு உருவம் நிக்கும். தகப்பன் அத தெனமும் செதுக்குவானாம். மதியம் மதியம் மகன் கீழருந்து சோறு கொண்டுவருவானாம். தகப்பன் செதுக்கையிலயே அந்த உளிச் சத்தத்துக்கேத்தபடி அடுத்த கோயில்ல மகனும் உளிய எடுத்துச் செதுக்க ஆரம்பிச்சானாம். அதனால தகப்பனுக்கு ரெண்டு உளிச் சத்தம் கேக்கல. ஒருநா தகப்பன் எதுக்கோ உளியடிக்கிறத திடீர்னு நிறுத்தவும் இனியொரு சத்தங் கேட்டது. என்னன்னு பாத்தா அடுத்த கோயில்ல மகன் அழகான செல செஞ்சு முடிச்சிருக்கான். தகப்பனுக்குக் கோவம் வந்துருச்சு. அந்தானக்கி உளியக் கொண்டே மகன் வகுத்தக் கிழிச்சுக் கொடல உருவி மால போட்டுக்கிட்டான்."

அவள் இரு கைகளாலும் முகத்தை மூடிக்கொண்டு அப்புறம் அவனைப் பார்த்தாள்.

“பாவம். மகன் செஞ்சா அவனுக்கென்னயாம்.”

“பெரியவனக்காட்டி சின்னவன் நல்லாச் செஞ்சு முடிச்சிட்டான் பாரு. அதான் கோவம்.”

“பெறகு இவுக ரெண்டுபேரு செலைய ஆரு செஞ்சதாம்.”

“ஒருவேள தகப்பனே செஞ்சிருப்பான்.”

அதுக்குப் பிறகு சானகி அதிகம் பேசவில்லை. என்னமோ போலிருந்தாள். உச்சிமலைக் கோயிலுக்குப் போகவில்லை.

இன்னொரு குகையை எட்டிப் பார்த்தார்கள். உள்ளே கல் திண்டில் தோல் விரித்து மஞ்சளாக சாமியார் கண்மூடி உட்கார்ந்திருந்தார். தலை முழுக்க நரை. அங்கிருந்து நகர்ந்ததும் சானகி கேட்டாள்.

“இங்கயேதான் உக்காந்துருப்பாரா.”

“ஆமா.”

“சோத்துக்கு என்ன செய்வாரு.”

“ஓசர கோயிலுக்கு வாற சனங்க பாலு பழம் குடுப்பாக; அதான் சாப்பாடு. கீழ கொஞ்சம் எறங்கிப் போனா ஒரு ஊத்து உண்டு. எப்பயும் வத்தாது. அதுலதான் குளிப்பாரு.”

“தலையில சடையா இருக்கே முடிவெட்ட மாட்டாரா.”

“கீழயே வர மாட்டாரு.”

“எதுக்கு இப்படிக் கெடக்கணும்.”

“அதான் எனக்கும் தெரியல.”

அடிவாரத்துக்கு இறங்கும்போது சானகி சீத்தை கேட்கவில்லை. அவளை ஏன்தான் கூட்டிவந்தோம் என்றிருந்தது.

அவள் ரெண்டாம் தடவை மலைக்குப் போகவில்லை.

சானகி செத்துப்போனது போலவே இல்லை. அதை நம்ப முடியவில்லை. நாலு நாளோ என்னமோ காய்ச்சலாகக் கிடந்தாள். ராத்திரி ரெம்பப் புலம்பினாள். ஒரு நாள் எல்லாரும் உறங்காமல் முழித்திருந்தார்கள். அவனும் முழித்து கடைசியில் உறங்கிவிட்டான். விடியக்காலம் அழுகைச் சத்தம் கேட்டு எழுந்தான். சானகி செத்துப் போனாள்.

அய்யா சத்தம்போட்டு அழுதார். நிறைய பேர் சமாதானப் படுத்தினார்கள். அத்தை அடுப்புக்குள் திணித்த விறகு மாதிரி ஒரு

மூலையில் கிடந்தாள். ஆத்தா அவள் பக்கத்தில் உட்கார்ந்திருந்தாள். மாமா வெறிபிடித்தவர்போல் வெளியே போய்விட்டார். அவரைத் தேடி அண்ணன் போயிருந்தான்.

சானகி செத்துப்போன பிறகு அவன் பள்ளிக்கூடம் போகவில்லை. வீட்டில் எவ்வளவோ சொல்லிப்பார்த்தார்கள். அய்யா அரட்டினார். பட்டினி போட்டார்கள். யாருக்கும் தெரியாமல் அத்தை கூட்டிப்போய் சோறு கொடுத்தாள்.

மறுநாள் இருட்டிய பிறகு புஸ்தகங்களை எடுத்துப்போய் ஊருணிக்குள் எறிந்துவிட்டான். புஸ்தகங்கள் முங்கும்வரை கல்லெறிந்தான். கடைசியில் ஒரு அட்டையை தவளைக்குந்தம் அடிக்கவைத்தான்.

வீட்டில் சும்மா சுற்றித் திரியப் பிடிக்கவில்லை. அண்ணனுடன் ஆடு மேய்க்கப் போனான். அதனால் யாரும் வையவில்லை.

மலையில் அண்ணனுடன் ஆடு மேய்ப்பது சந்தோசமான காரியம். மலைப் பகுதிகளைச் சுற்றிச் சுற்றித் தேடுவதுபோல் லாயக்காகப் பறக்கும் பிராந்துகளைப் பார்த்துக்கொண்டே இருக்கலாம். கல்பொந்துகளில் பலத்துச் சத்தம் போட்டால் விதவிமாக வரும் எதிரொலியை ரசிக்கலாம். அடிவார நிலங்களில் உழுது நகரும் மாடுகளைத் தேடிக் கண்டுபிடிக்கலாம். பெரிய செடியைப் பிடுங்கி வெயிலுக்குக் குடைபிடித்தவாறு ஆடுகளுடன் ஓடித்திரிந்தால் அலுப்பே தெரியாது.

ஆடுகள் கண்டபடி சிதறிக் கிடக்கும். அண்ணன் அதைப் பற்றிக் கவலைப்பட மாட்டான். மரத்திலேறிக் கொப்பில் படுத்துக் கொண்டு சொகமாகப் பாடுவான். அவனை ஆடு பார்க்கச் சொல்வதில்லை. என்னேரமும் பாட்டுத்தான். சோறு கொண்டு போன தூக்குவாளி இன்னொரு மரக்கொப்பில் தொங்கும். பசிக்கையில் மட்டும் அதன் நினைவு வரும்.

அவன் மேலிருந்து பாறைப் பரப்புகளில் கல்லுருட்டி விளையாடுவான். மேலிருந்து பார்த்தால் அடிவாரத் தெப்பம் தெளிவாகத் தெரியும். தெப்பத்துப் படிகளில் நடமாடும் சிறிய உருவங்கள். நடுக் கோபுரத்தைச் சுற்றிப் புள்ளிகளாகப் பறக்கும் புறாக் கூட்டம். கோபுரமென்று அதைத்தான் சொல்லணும். பெரிய கோயிலுக்குக் கோபுரம் கிடையாது. ஒரு பக்கம் மலையைக் குடைந்து கோயில் அமைந்திருப்பதால் உச்சியிலிருந்து முழுசாகப் பார்க்க முடியாது.

இந்தப் பக்கம் ஊருணி. அதைச் சுற்றி இடைவெளியின்றி மரங்கள் ஊருணித் தண்ணீருக்குக் காவல்போல். அப்புறம் அடிவாரத் தெரு

அவன் வீடு மாமா வீடு... தீக்குச்சுக் கட்டைச் சுமக்கும் பெண்கள். சேவுக்கடைகள். என்னேரமும் நடமாடும் சனங்கள் கட்டெறும்புகள் கூடிப்பேசிப் பிரிந்து நகர்வது மாதிரி...

மதியச் சாப்பாட்டுக்கு அண்ணன் சத்தம்போட்டுக் கூப்பிடுவான்.

“ஏ செலம்பரம் தூக்குவாளிய எடுத்துட்டு வா.”

கல்லூத்துக்குப் போவார்கள். அண்ணன் சோற்றைக் கரைத்துத் தூக்குவாளி மூடியில் அவனுக்கு ஊற்றிக் கொடுத்துவிட்டுக் குடிப்பான். கல்லூத்துத் தண்ணீர் குடிப்பதற்குத் தேங்காய்ப் பாலாயிருக்கும். வயிறு முட்டக் குடித்தால் கிறக்கம் தீர நிழலில் படுக்கணும்.

பொழுது சாயும்போது அத்தனை ஆடுகளும் ஒண்ணாகக் கூடுயது அவனுக்கு ஆச்சரியமாயிருக்கும். அண்ணன் ஒரு விசிலடித்தால் ஆடுகள் எங்கிருந்தாலும் ஓடிவரும். அப்படிப் பழக்கப் படுத்தியிருந்தான்.

அண்ணனைப் போல் அவனுக்கு விசிலடிக்க வரவில்லை. ஏழெட்டு நாளாக அண்ணன் கஷ்டப்பட்டுச் சொல்லிக்கொடுத்தான். விசிலடித்துப் பழகுவதற்குள் வாய் வலித்துவிட்டது. மன்னை வீங்கிப்போனது.

அண்ணன் பல மாதிரி விசிலடிப்பான். பெருவிரலுடன் ஒவ்வொரு விரலாகப் பொருத்தியும் தனித்தனியாகவும் வைத்து அடிப்பான். நாக்கில் கம்புவைத்து அடிப்பான்.

அண்ணன் யார் புஞ்சையிலும் இறங்காதபடி ஆடு மேய்ப்பான். அடுத்த புஞ்சையில் ஆடு இறங்குது அவனுக்குப் பிடிக்காது. வெள்ளாமைப் பக்கம் ஆடுகள் கட்டுப்பட்டவை போல் மேயும். ஏதாவது பயிரை எட்டிமுகந்தால், “த்தா” என்று ஒரே வார்த்தை. எல்லாம் அந்தச் சொல்லுக்கு எப்படித்தான் அடங்குமோ.

மழை நேரம் மலையில் அகப்பட்டுக்கொண்டால் கஷ்டம். கோடை மழையென்றால் காற்றுவேறு அலைக்கழிக்கும். அன்றைக்கு ஒரு நாள் அண்ணனுடன் ஆடு மேய்க்கும்போது சூறாவளியில் அகப்பட்டுக்கொண்டு படாதபாடு படவேண்டியிருந்தது.

மழைக்காற்று மண்வாசனையைக் கொண்டு வந்தது. அண்ணன் கேட்டான்.

“செலம்பரம் மழ பெலமா வரும்போலருக்கே. ஆட்டக் கீழ எறக்க முடியுமா.”

“மேகங் கூடியிருக்கிறதப் பாத்தா கீழ போறதுக்குள்ள மழ புடிச்சுக்கிரும்.”

"ஆடு எங்க நிக்குதோ. காத்தடிச்சா செதறிப்போகுமே."

"எல்லாம் தெரட்டி உச்சிக் கோயிலுச் சொவரோரம் அமத்தி இருந்துக்கிருவொம்."

ஆடுகளைப் பத்திக்கொண்டு உச்சிக்கு வந்துசேரும்போது காற்று கூடியிருந்தது. கோயிலுக்குள்ளே நின்றுகொண்டு பார்த்தால் மேக மெங்கும் ஒரே கறுப்பு. மழை மேகங்கள் திட்டுத் திட்டாக அலைந்து கொண்டிருந்தன. அவற்றிலிருந்து நூல்கள் மாதிரி மழை இறங்கியது. மேகங்களுக்குள் மறைந்திருந்த பொழுதின் வெளிச்சம் நூல்களில் மஞ்சள் சாயமடித்திருந்தது. ஊரில் ரெண்டு தெருக்களில் காலை வேளையில் இப்படித்தான் பாவுபோட்டுப் பசையேற்றுவார்கள். பாவுகளை நிமிர்த்தி வைத்த மாதிரி மழை.

ஆடுகள் ஏற்கெனவே சுதாரிப்பின்றி மழையை எதிர்பார்த்து மயிர்சிலிர்த்துக் குக்கியிருந்தன. மழைக்காற்று வரவுமே இரையெடுப் பதை நிறுத்திவிட்டு நிலைகொள்ளாமல் அலைந்தன.

பழுக்கக் காய்ச்சிய கம்பிவளைவாக மின்னியது. தொடர்ந்து பெரிய இடி. ஆடுகள் சுவரில் ஒண்டின. காற்று மும்முரமாக வீசி யது. காற்று படுத்திய பாட்டைப் பார்த்தால் பெரிய தலையில் மயிரைப் பிடித்து ஆட்டியதுபோல் மழை தோன்றியது.

கனத்த மழை. தொடர்ந்து பெய்யவிடாமல் காற்று இடையில் வெட்டிக்கொண்டு போனது. சில சமயம் யாரோ சட்டியிலிருந்து தண்ணீரை வீசிக் கொட்டுகிறார்களாக்கும் என்ற சந்தேகம்.

அண்ணன் ஆவலாகக் கூப்பிட்டான்.

"இங்க வா செலம்பரம். ரோட்ல எம்புட்டுப் பெரிய இச்சிமரம் காத்துக்கு லம்புது பாரு."

ஆட்கள் கயிறு கட்டி இழுத்ததுபோல் மரம் அங்குமிங்குமாக அசைந்து கடைசியில் வேரோடு சாய்ந்தது. சிறிது நேரத்தில் வீட்டுக் கூரையொண்ணு தோதாகப் பறந்து வந்தது. காற்றில் அது மிதப் பதைப் பார்க்க ரெம்ப வேடிக்கை.

ஊருக்குள் ஒரு ஆளை அலக்காகத் தூக்கியெறிந்திருக்கிறது காற்று. அவர் நடந்த வழியைவிட்டுக் காற்று போட்ட வழியில் காயங்களுடன் வந்துசேர்ந்திருக்கிறார்.

ஆடுகளைப் பத்திக்கொண்டு இருவரும் வீடுபோய்ச் சேர்ந்த போதுதான் ஆத்தாவுக்கு நிம்மதி. மறுநாள் முழுக்க இச்சி மரத்தி லேயே ஆடுகள் மேய்ந்தன. கொப்புக் கொப்பாக ஏறி ஊஞ்சலாடி காரோட்டி விளையாட வசமாயிருந்தது.

பூமணி | 65

அண்ணன் ஆடு மேய்க்கும்போது யாரும் காரணமில்லாமல் திட்டினால் கெட்ட கோவம் வரும். அன்றைக்கு இப்படித்தான் வடக்கூரான் தோட்டத்தோரம் இன்னொரு நிலத்தில் அறுத்த கம்மந்தட்டை மருகுகளை ஆடுகள் மேய்ந்துகொண்டிருந்தன. வடக் கூரான் வீட்டுத் தடியன் சண்டைக்கு வந்துவிட்டான்.

"ஆருடா அது அறிவில்லாம வெள்ளாமக்காட்ல மேய்க்கிறது. சோத்தத் திங்கயா பிய்யத் திங்கயா. வெள்ளாம கண்ணு தெரியல."

வைதுகொண்டே கிட்டத்தில் வந்தான். அண்ணன் சொன்னான்.

"மானாங்கண்ணியாப் பேசாதங்க. ஓங்க வெள்ளாமையில இத்தினியாவது கடிச்சிருந்தாச் சொல்லுங்க. அதுக்காக சகட்டு மேனிக்குப் பேசக்கூடாது."

தடியன் துள்ளினான்.

"வெள்ளாமக்காட்ல எறங்குனதுமில்லாம சட்டம் வேற பேசுறயோ. என்னடா நெனச்சுக்கிட்ட. இப்ப வெளியேறலன்னா ஆட்ட அறுத்துக் கூறுபோட்ருவென்."

வடக்கூரான் வீட்டில் வேலை செய்கிறவனுக்கு இவ்வளவு திமிர். இவன்தான் அவனைத் தூக்கிச் சொமக்கிற மாதிரி. தடியனுக்கு அண்ணனைத் தெரியும். அய்யாவைத் தெரியும். அய்யாவுடன் பல தடவை பேசிக்கொண்டிருப்பான். அப்படிப்பட்டவன் கண்ணுமூக்குத் தெரியாமல் வைதால் எப்படி.

அண்ணனுக்குப் பொறுமை போயிற்று.

"சும்மா வாயப் பொத்துய்யா. ஓங்க அப்பன் வீட்டு நெலம் மாதிரி பேசுறயே. அடுத்த பிஞ்ச மருக மேஞ்சா கொள்ளையா போகுது."

அவன் எகிறிக்கொண்டு வந்தான்.

"பண்ண நெலத்துல எறங்குனதுமில்லாம வாயிவேற பேசுறயாலே. ஒனக்குக் குண்டிப்பூச கேக்குதா."

"பெரிய பண்ண நெலம். எல்லாரு நெலத்தவும் புடுங்கி வச்சுக் கிட்டா பண்ண நெலமாயிருச்சா. பூச குடுக்கிற மூஞ்சியப் பாத்தாத் தெரியல. கிட்ட வந்தால்ல இருக்கு சங்கதி. சின்னப் பெயன்னு நெனச்சுக்கிட்டயா."

அண்ணன் அசையவில்லை.

"ஏன் பேசமாட்ட பெறக்கித்தின்னிப் பரமசெவத்துக்குப் பெறந்த பய."

“அவரு கால்ல ஏன் முட்ற. நீ செறச்சுத் திங்கிறத மறந்துட்டுப் பேசுறயே. கெட்டிக்காரன்னா அவரு எதுக்க இதப் பேசணும். அவருக்குத் தெரிஞ்சா ஒன் புட்டாணி செதறிப்போகும்.”

“சின்னப் பெயகிட்ட என்ன பேச்சு வேண்டிக்கெடக்கு. சொல்ற எடத்துல சொன்னா எல்லாம் தன்னால நடந்துட்டுப் போகுது.”

தடியன் வேகமாக நடந்துவிட்டான்.

அண்ணன் ரெம்ப நேரம் அந்த இடத்திலேயே ஆடு மேய்த்தான். கோவமாக முனங்கினான்.

“கிட்ட வந்துருக்கணும். அப்பத் தெரியும். விசுவிசுன்னு நடந்து போயிருவான் பாரு.”

ஆடுகள் வயிறு நிறைய மேய்ந்த பின் பொழுதடையும் நேரம் வீடு திரும்பினார்கள்.

நடந்த சங்கதியை அண்ணன் வீட்டில் சொல்லவில்லை. வழக்கம் போல் ஆடுகளைக் கட்டிவிட்டு முகங்கழுவிச் சாப்பிட உட்கார்ந்தான்.

சிதம்பரம் எல்லாவற்றையும் சொல்லிவிட்டான். அய்யாவுக்கு முன் ஆத்தா கோவமாகக் கேட்டாள்.

“அவனச் சும்மாவா வுட்டுட்டு வந்த. எங்க வந்து வெரல வைக்கிறது.”

அய்யா முனங்கினார்.

“வண்ணாக்குடி நாயி வெள்ளாவிமேல படுத்துக்கிட்டுக் கெம்பிரியம் பேசுது. போங்காலம் எடுத்துருச்சு. அவன் போக்கக் கவனிச்சிட்டுத்தான் வாறென். நம்மகிட்ட வந்து கொழஞ்சு பேசுறதும் அங்கிட்டுப் போனா ஒரு பேச்சுப் பேசுறதும்...”

“நீங்க ஒரு ஆம்பள. அவங்கிட்டப் போயி மெனக்கிட்டுப் பேச்சுப்போடுறீகல்ல.”

“எனக்கு ரெம்பப் பிரியம் பாரு. கழுத வலியவந்து பேச்சுக் குடுக்கும். ஊருல அவன் இப்படி இவன் அப்படின்னு. ஒரு காதுல கேட்டு வச்சுக்கிருவென்.”

“அவன் லேசுப்பட்ட ஆளாக்கும். நம்ம அங்ஙன கையகல நெலம் வச்சிருக்கிறது புடிக்கல. வடக்கூரான் நெலத்தோட சேத்தாத்தான் அவனுக்குக் கண்ணடைக்கும்.”

“நானும் நோட்டம் பாத்துட்டுத்தான் வாறென். எண்ணைக்கு வசமா மாட்றான்னு தெரியல.”

ஆத்தா அண்ணனுக்கு மறுவெஞ்சனம் ஊற்றினாள். அண்ணன் பேசாமல் சாப்பிட்டான். ஆத்தா ரெம்ப நேரம் வைதுகொண்டே நடமாடினாள். அய்யா சாப்பிட்டுக் கிளம்பினார்.

வடக்கூரான் எத்தனையோ தடவை ஆள்விட்டுச் சொல்லி யனுப்பினான். நிலத்தை நல்ல விலைக்குக் கேட்டான்.

சுற்றிலும் வடக்கூரான் நிலங்கள். எல்லாவற்றையும் வளைத்துப் போட்டிருந்தான். அவர்கள் நிலம் ஒண்ணுதான் பாக்கியிருந்தது.

வடக்கூரான் அய்யாவுடன் நன்றாகப் பேசிப் பழகுவான். ஜின்னிங் பேக்டரிக்கு வரும்போதெல்லாம் அய்யாவைப் பார்க் காமல் போவதில்லை. ஒரு நாள் அய்யாவுக்குச் சோறு கொண்டு போயிருந்தபோது வடக்கூரான் பேசிக்கொண்டிருந்தான். கடைசியில் பேச்சோடு பேச்சாகச் சொன்னான்.

"பரமசெவம் அந்த நெலத்த வுட்டாத் தோதாருக்கும். எடுத்தேறி வந்து வெள்ளாம செய்றது கஸ்டமாயில்லையா. எனக்குன்னா ஒரே வேலையாப் போகும். என் நெலத்துல உழுகிற மாடு ரெண்டெட்டு தள்ளிவச்சா சேத்து உழுதுட்டுப் போகும்."

ஜின்னிங் பேக்டரி முதலாளி அய்யாவைப் பார்த்தார்.

"அவுகதான் ரெம்பப் பிரியப்படுறாகளே. அத வுட்டுத் தொலச்சிற வேண்டியதுதான. எதுக்கு இங்கயும் அங்கயும் காலு வச்சுக்கிட்டு."

அய்யா மழுப்பினார்.

"குடுத்துருவொம். மாப்பிளையிட்ட ஒரு வார்த்த கேட்டுக் கிட்டாத் தாவல."

"அவருட்ட நான் கேட்டுக்கிறென். நீருமட்டும் சரின்னு சொல்லும்."

அய்யா இழுத்தார்.

"என்ன இருந்தாலும் அவுக எழுதிவச்ச நெலமாச்சே. நான் நேருல கேட்டுக்கிறணும். அதுதான் மரியாத."

"ஆரும் வேண்டாம்னு சொல்லலயே. நல்லாக் கேளும். கேட்டு சீக்கிரமா முடிவச் சொல்லும்."

வடக்கூரான் புறப்படும்போது சொன்னான்.

"எல்லாரையும் கலந்துக்கிட்டுத் தகவல் சொன்னாப் போதும்."

இந்த விசயத்தை அய்யா மாமாவிடம் சொன்னபோது மாமா வுக்குப் பிரியமில்லை.

“கையகல நெலமிருந்தாத்தான் நாலு பேரப்போல நமக்கும் ஒழைக்கணுமிங்கிற அக்கற வரும். பேசாம இருங்க. அதுல நான் வெள்ளாம எடுத்துக் குடுக்கென்.”

அய்யாவுக்கு அப்போதும் சலிப்புக் குறையவில்லை.

“என்ன மாப்பிள3 நாய்க்கு முன்னால எலும்புத் துண்ட வச்சுக்கிட்டு எத்தன நாளைக்கு. காலமெல்லாம் இந்தப் பெயககிட்ட .கலகம் நடத்தீட்டே இருக்க வேண்டியதுதான். பெறந்த ஊருல நெலம் வச்சுப் பெழச்சு கடசிக்குக் கொலையில போயி முடிஞ்சது. இங்கயும் அப்படித்தான் வந்துசேரும் போலருக்கு. அப்படின்னா அருவாளத் தூக்கீட்டு அலையிறதவே பெழப்பா வச்சுக்கிற வேண்டியதுதான்.”

“மச்சான் நீங்க பேசுற பேச்சு நல்லாருக்கே. சொந்த ஊருல நெலத்தக் குடுத்துப்புட்டு அவன் வீட்ல சாணியள்ளிப் போட்டுக் காலங் கழிச்சிருக்கலாமே. பெறகெதுக்கு இவ்வளவு தோரணையும் போக்குவருத்தும்.”

“அதவிடப் பிச்சையெடுப்பென் மாப்பிளே. அவன் வீட்ல மொழைவன்னு பாத்தீரா. திருவோட்டுக்குள்ள அருவாள வச்சிருந்து தெருவுல வுட்டு வெட்டுவனா சும்மாவா.”

“அத மாதிரி இதவும் பாருங்க. நம்ம வம்பா பண்றொம். அவன் ஆயிரம் அக்கிரமம் செய்வான். அதுக்கு நம்ம பழியாக முடியுமா.”

“அவன் பேசுற பேச்சும் போக்கும் ஒரு மாதிரியாத்தான் இருக்கு. இது எதுல கொண்டுபோயி வுடும்னு தெரியல. பாப்பொம். உள்ளது போல இருக்கு. வலியச் சண்டைக்குப் போறதில்ல. வந்த சண்டைய வுடுறதில்ல.”

“இப்பப் பேசுறீகளே இது பேச்சு.”

மாமா வீட்டு மாடுகள்தான் அவர்கள் நிலத்து வேலைக்குப் போகும். வடக்கூரான் கிணற்றில் தண்ணீர்ப் பாத்தியம்.

வடக்கூரான் கரண்டு போட்டுக்கொண்டான். கரண்டில் பங்கில்லை. அய்யா அதுக்கு ஒத்துக்கொள்ளவில்லை. தனியாகக் கமலையிலேயே விவசாயம் நடந்தது.

தண்ணீர்த் தட்டுப்பாட்டு நேரங்களில் வடக்கூரான் கிணற்றுத் தண்ணீர் அவ்வளவையும் தரைதட்ட உறிஞ்சிப் பாய்ச்சிவிடுவான். கமலை கட்ட முடியாது. அய்யாவுக்குக் கோவம் வந்து சத்தம் போடுவார்.

“அடுத்தவன் பிஞ்சையில வெள்ளாம காஞ்சு கெடக்கேன்னு அறிவு வேணாமா. மரியாதையா பங்குத் தண்ணியப் போட்டுட்டுப்

பாச்சலன்னா நடக்கிற சங்கதி வேற. கரண்டுக் கொழாய ஒடிச்சு மூலையில சாத்தீருவென்."

இந்தத் தகராறு வேணாமென்று பக்கத்தில் இன்னொரு கிணறு வெட்டிக் கரண்டு போட்டான் வடக்கூரான். இந்தக் கிணற்று ஊற்றுச் சருத்து அந்தக் கிணற்றிலிருந்து தப்பிவிட்டது. கிணறு வெட்டிச் செலவழித்ததுதான் மிச்சம்.

அவன் பல இடங்களில் காட்டு வெள்ளாமை செய்ய வேண்டியிருந்தது. அந்தக் காடுகளுக்குத் தண்ணீர்ப் பாத்தியம் கிடையாது. இங்கிருந்து தண்ணீர் கொண்டுபோனபோது அய்யா தடுத்தார்.

"ஒரு சொட்டுத் தண்ணி கொண்டுபோக வுடமாட்டென். வேணும்னா அங்கயும் ஒரு கெணறு வெட்டிக்கிறணும்."

மறுபடியும் தகராறு. புகைச்சல் ஜின்னிங் பேக்டரிக்கும் பரவியது. முதலாளி அமுத்தலாகக் கேட்டார்.

"இத்தினிக்காணும் நெலத்த வச்சுக்கிட்டு இந்தப் போடு போட்டா மத்தவுக எப்படி நடக்கவேண்டியிருக்கும்."

அய்யா தயங்கவில்லை.

"அவுகவுகளுக்குத் தெகஞ்சபடி நடந்துபாக்க வேண்டியதுதான். அதுக்காக மத்தவங்க வயித்துல அடிக்கவுட்டுட்டா இருப்பாக."

"சரி அதுக்கும் ஒரு மொகத்தாச்சணியம் வரமொற வேண்டாமா."

"அது எல்லாருக்கும் இருக்கணும்னு பொதுவாப் பேசுங்க."

"பொதுவாப் பேசாம என்ன. இந்த மாதிரி நடந்துக்கிறாப்புலருந்தா அவரவரு வேலையப் பாத்துக்கிற வேண்டியதான். இண்ணைக்கு அவருக்கு வந்ததுதான் நாளைக்கு எங்களுக்கும்."

அய்யாவுக்குச் சோறு கொண்டுபோயிருந்தவன் ஒண்டிக் கேட்டுக் கொண்டிருந்துவிட்டு யோசனையில் வந்தான்.

அன்றைக்கோடு சரி. அய்யா பிறகு ஜின்னிங் பேக்டரிக்குப் போகவில்லை. மாமாவிடம் ஒரு வார்த்தை சொன்னதுடன் சரி. மாமாவும் தடுத்துச் சொல்லவில்லை. அய்யா முடிவாகச் சொன்னார்.

"அதென்ன பெழப்பு மாப்பிள. அவங்கிட்டச் சாவகாசம் வச்சுக்கிட்டா எண்ணைக்கிருந்தாலும் மூக்குச்சளிதான்."

மாமா மெதுவாகக் கூறினார்.

"ஓங்க பிரியம்."

ஜின்னிங்பேக்டரியிலிருந்து விலகிய பிறகு அய்யா நிலத்தை நன்றாகக் கவனித்தார். முன்னைப்போல் கம்பு தூக்கித் திரியாமல் காரியமாக இருப்பதில் மாமாவுக்குத் திருப்தி. ஆத்தாவிடம் பெருமைப்பட்டுக்கொண்டார்.

"மச்சான் போறப் போக்கப் பாத்தா வடக்கூரான் பிஞ்சைய அம்புட்டும் வாங்கீருவாரு போலருக்கே."

ஆத்தா நிதானம் இழக்கவில்லை.

"ஓடி ஓடி வாங்குவாரு. இருக்கிறதக் காப்பாத்துனாப் போதும்."

வரவர ஜின்னிங் பேக்டரி முதலாளிக்கும் மாமாவுக்கும்கூட பழக்கம் குறைந்தது. முன்னைப் போல் அடிக்கடி பேசுவதில்லை. மாமா நிலத்துப் பருத்தி வேறு ஒருவருக்கு விலையானது. மணியக் காரத் தாத்தா கேட்டதுக்கு மாமா சலித்துக்கொண்டார்.

"நம்ம சட்டத்துணி போட்டு அலையிறது புடிக்கல. மனசு புழுங்குது. எல்லாம் சேத்து அமுக்குறதுக்கு வுட்டுக்குடுத்தா நல்ல மனுசன். இல்லன்னா கெட்டவன்."

"அதுமட்டுமில்ல. ஊருக்குள்ள வழக்குப் பேசுறயில்ல. அந்தக் கடுப்பும் உண்டு."

"அதுக்கு நம்ம என்ன செய்ய முடியும். அவுக வழக்குப் பேசு றாகங்கிறக்காக நம்ம வீட்ல கெடக்கவா. ஞாயம் அநியாயமில்லாம சகட்டு மேனிக்கு நடந்தா நாலு பேருக்குச் சகிக்கவேணாமா."

"பெறக்கித் திங்கிறதுக்கு நாலு ஆளு பின்னால திரியிதே."

"அதச் சொல்லுங்க."

மாமாவுக்கு நாலு இடத்தில் நல்ல பழக்கம் உண்டு. பெரியாட் களுடன் தோரணையாகப் பேசுவார். அவர் சொல்லுக்கு மதிப்புக் கொடுப்பார்கள்.

ஊருக்குள் நிறைய வழக்குகளைத் தீர்த்துவைப்பார். அடுத்த ஊர்களிலிருந்து வழக்குகளுக்குக் கூப்பிட வருவார்கள். அய்யா மாதிரி தடபுட என்று பேசமாட்டார். எந்த விசயத்தையும் நிதான மாகக் கேட்டுப் பேசுவார்.

அய்யா அப்படியில்லை. மனசுக்குப் பிடிக்கவில்லையென்றால் கெட்ட கோவம் வரும். உதறிப் பேசிவிடுவார். கம்பைப் பிடித்தபடி கூட்டத்திலிருந்து எழுந்துவிடுவார். ஊருணிக் கரையில் பல தடவை இப்படி நடந்திருக்கிறது.

மாமாவுக்கு இது பிடிக்காது. வழக்கென்றால் எல்லாருக்கும் பொதுவாக மரியாதையுடன் பேசுவார். கையில் கம்பு பிடிப்ப தில்லை. இடுப்பில் உறைபோட்ட வங்கி மட்டும் சொருவியிருப்பார்.

பெரும்பாலும் அய்யாவை வழக்குகளுக்கு அழைத்துக் கொண்டு போகமாட்டார். அய்யாவும் போவதை நிறுத்திக்கொண்டார்.

மாமா சுற்றுக் கிராமங்களிலிருந்து எத்தனையோ நிலத்தகராறுகளைக் கோர்ட் செலவில்லாமல் தீர்த்துவைத்திருக்கிறார். சிலர் கோர்ட்டுக்கு அலைந்து அலுத்துவிட்டு அவரிடம் வருவார்கள். தகராறுகளில் யாருக்கும் அபராதம் சொல்வதில்லை. வெற்றிலை பாக்கு பரிமாறி ராசியாக்குவதுடன் சரி. பணச்செலவு இழுத்து வைக்கமாட்டார்.

சில வழக்குகளுக்கு எவ்வளவு வற்புறுத்தினாலும் போகமாட்டார். அதிலும் தாலி தீரும் காரியங்களைக் கேட்டாலே கோவம் வந்துவிடும்.

“ஊரான் குடியக் கெடுக்குறதுதானா எனக்கு வேல. ரெண்டு குடும்பத்தக் கூட்டிவைக்கிறதுக்கில்லாம நீயெல்லாம் ஒரு மனுசன் போல ஆளுக் கூப்பிட வந்துட்ட. ஒனக்கு அக்கா தங்கச்சி இல்லையா. இந்தக் காரியத்துல எவனாச்சும் தலையிட்டு குடும்பத்த ஒலச்சுவுட்டீக, அப்புறம் நடக்கிற கதையே வேற. ஓங்க சோலியப் பாத்துட்டுப் போனீகன்னா அந்தக் குடும்பம் தன்னப்போலக் கூடிக்கிரும்.”

வந்தவர் விக்கிப்போய்த் திரும்புவார். அந்தக் காரியத்தைக் கொஞ்சநாள் ஆறப்போட்டு மாமா போய் புத்திமதி சொல்லி குடும்பத்தை ஒண்டித்துவிட்டு வருவார்.

துட்டு விசயத்தாலேயே மாமாமீது நிறைய பேருக்கு உள்ளூரக் கோவமுண்டு. இதுக்கென்று அலையும் பெரிய மனுசர்களுக்கு வர வாசி கெட்டுப்போவதால் அந்தக் கோவம்.

அவர்களென்றால் வழக்கை ரெண்டு மூணு நாள் நீட்டி செல விழுத்துவைத்து அநியாயமாக அபராதம் போட்டுப் பங்கு வைத்துக் கொள்வது வழக்கம். தாவணியில் மாடு விற்பனை வழக்கில் தரகுச் சமாச்சாரம் அவர்களுக்கு அத்துப்படி.

ஆனாலும் மாமாவைக் கண்டால் சந்தோசமாகப் பேசுவார்கள். சொல்லப்போனால் மாமா வழக்குக்குப் போகும் விசயம் உள்ளூர் போலீஸ்டேசனில்கூட வெறுப்பைக் கிளப்பியிருந்தது. அவர்களுக்கு வருமானம் போயிற்றே. ஒரு நாள் மாமாவைக் கூப்பிட்டு வேறு மாதிரி சொல்லியிருக்கிறார்கள்.

அத்தை அடிக்கடி வருத்தப்படுவாள்.

“இந்த வம்பெல்லாம் நமக்கெதுக்கு. ஆராரோ இழுத்து வைக்கிற தொறட்டு நம்ம வீட்ல வந்து ஏன் விடியணும். நீங்க போயித் தீத்து வச்சுத்தான் முடியுமா. அதுக்கு எத்தனையோ மகராசன் இருக்கானே.”

மாமா உடனே சொல்வார்.

“நீயொருத்தி. வம்பென்ன வம்பு. வெலைக்கா வாங்குறொம். ஒவ்வொருத்தன் பண்ற அநியாயம் கணக்குல அடங்கல. அதுலயும் ஒரு அளவு வேணாமா. கூலி வேல செய்றவனுக்குப் போயி நூறு எரநூறுன்னு அவதாரம் போட்டு இவங்க சுருட்டீட்டுப் போற துன்னா எப்படி. அவன் குடும்பம் வெளங்குமா. இதுக்கு ஒரு முடிவுகட்டணும்னா அடிவகுத்துல புடிக்குது. சரி இந்தப் பெயக அப்படின்னா கவர்மெண்டுக்காரங்களும் அதுக்கு மேல இருக்கான். எல்லாம் கூட்டுக் களவாணிக. நீ என்னன்னா மகராசங்கன்னு சொல்ற. நல்ல மகராசங்க.”

அத்தை அய்யாவிடம் வந்து முறையிடுவாள். அய்யா சப்பைக்கட்டுக் கட்டுவார்.

“மாப்பிளையிட்டப் போயி எப்படிச் சொல்லட்டும்மா. அவரென்ன தில்லுமுல்லு பண்ணீட்டா திரியிறாரு. அவரோட வழக்குப் பேசப்போற மனுசன் பச்சத் தண்ணிகூடக் கெடையாமக் கெடக்கணும். நான் சொன்னா இதத்தான் கொற சொல்லணும்.”

அத்தைக்குச் சப்பென்று போய்விடும். முனங்கிக்கொண்டே போவாள். ஆத்தா அய்யாவைச் சத்தம்போடுவாள்.

“என்ன மனுசன் நீங்க. அவளே நொந்து கெடக்கா. அவ மனசுப் படி ரெண்டு வார்த்த பேசுறத வுட்டுட்டு கா்டே மேடேன்னு பேசி அனுப்புறீகளே.”

அய்யா தலையைச் சொறிவார். ஆத்தா அத்தையைத் தேடிப் போவாள்.

4

கிழக்கே நாலஞ்சு ஊர்களைத் தாண்டியிருந்தார்கள். வசமாக ஒரு இடமும் அகப்படவில்லை. தேடிப்பார்த்த இடங்கள் எதாவதொரு வழியில் ஆள்நடமாட்டத்துடன் இருந்தன.

ஒரு கிராமத்து ரோட்டுப் பாலத்தை நோட்டம்விட்டார்கள். அங்கே பொழுதுகிளம்பும் நேரத்துக்கே மூணு பேர் துண்டு விரித்து சீட்டாடிக்கொண்டிருந்தார்கள். அய்யாவுக்குக் கோவம்.

“இந்தப் பெயகளுக்கு வீடு வாசலு கெடையாதா. வாறவருத்துக்கு ஒவ்வொருத்தன் மண்டையில கல்லத் தூக்கிப் போட்டுருவமான்னு இருக்கு. விடியிறதுக்குள்ள வந்து விரிச்சு உக்காந்துட்டான் பாரு.”

சில்வோடைக்குள் நின்றார்கள். எதிரே சில கொடிக்கால்கள். அவற்றைக் காட்டினான். அய்யா உதட்டைப் பிதுக்கினார்.

“சுத்தி முள்ளுப் போட்டு வச்சிருப்பான். பஞ்சாரத்துக்குள்ள கவுத்துன மாதிரி அம்புடுறதுக்கு ரெம்பத் தோது. அதும்போக கொடிக்காக்காரன் என்னேரமும் வேலியச் சுத்தீட்டுத் திரிவான்.”

எட்டத்தில் கரும்புத் தோட்டம் அடர்ந்து கிடந்தது. அதை நோக்கி நடந்தார்கள்.

வடக்காமல் கார் செல்லும் ரோடு. வலதுபுறம் கிராமத்து விலக்கு ரோடு. அதைத் தாண்டி கரும்புத் தோட்டம். அதுக்கப்பால் கிராமம்.

அவனிடம் சொல்லிவிட்டு அய்யா விலக்குரோட்டுக்குப் போனார். அங்கேதான் மாமா வருவதாக ஏற்பாடு.

அவன் கரும்புத் தோட்டத்துக்கு நடந்தான். தோட்டம் பாதி தண்ணீர் பாய்ந்தும் பாதி காய்ந்தும் இருந்தது. ஈரப் பகுதியில் பெருவாய்க்காலில் எட்டு வைத்தான். தடம் கண்டுபிடிக்க முடியாத

அளவுக்கு இரு வரப்புகளிலும் மாறிமாறிக் குறுக்குவாக்கில் மிதித்துப் போனான். ஒரு தோட்டம் தாண்டியதும் புல்வரப்புகளில் நின்று அலுக்கம் பார்த்தான்.

தோட்டத்தின் நடுவே இருப்பது நல்லதல்ல. சுற்றி வளைத்துக் கொண்டால் தப்பிக்க முடியாது.

தெற்குமுகமாகத் திரும்பி கரும்பு மூட்டுக்கடியில் உட்கார்ந்தான். தோகைகளை அருவிவிட்டு மூட்டுப் பரப்பைச் சரிப்படுத்தினான். அங்கிருந்து ஓடினால் தெற்கே காடு. கண்டுபிடிக்க முடியாது. தண்ணீர் பாய்ந்த இடமாதலால் ஆள் வரச் சாத்தியமில்லை.

தெம்பாக உட்கார்ந்து மாமா வருவதை எதிர்பார்த்திருந்தான். இடத்தைச் சொல்லாமல் உட்கார்ந்தாயிற்று. அவர்களுக்கெப்படித் தெரியும். அய்யாவும் இந்த இடத்தில் இரு என்று சொல்லிவிட்டுப் போகவில்லை. வேண்டுமென்றே சொல்லாமல் போயிருப்பார் நோட்டம் பார்ப்பதற்காக. மேற்குப் பக்கம் போய் உட்கார்ந்து கவனிக்கலாம்.

சரசரப்பு பக்கத்தில் கேட்டது. பின்னால் திரும்பிப் பார்த்தான். பெரிய பன்றி சேற்றுக்குள் மண்டியிட்டவாறு கரும்பைச் சப்புசப் பென்று மென்றுகொண்டிருந்தது. ரெம்பப் பெரியது. மன்னைக்கறி கீழ்வாக்கில் தொங்கியது. நீள நீளமாகக் கோரைப் பற்கள். கரும்புக் கணுக்களைத் துப்பும்போது அசிங்கமாகச் சிரித்த மாதிரி இருந்தது. உள்ளுக்குள்ளேயே உறுமியது.

சாதாரணப் பன்றி நிச்சயமாக இவ்வளவு பெரிசிருக்காது. நிறம் வேறு வெளிறிப்போயிருக்கிறது. மலைப்பன்றியாகத்தான் இருக்க முடியும். எப்படியோ மலங்காட்டிலிருந்து தப்பி வந்திருக்கிறது. எந்த நாயாலும் பிடிக்க முடியாது. கோரைப்பற்களை நாய்மேல் பதித்தால் போதும். கோர்த்துத் தூக்கிக்கொள்ளும்.

கல்லெறிக்கு அசராது. நிதானித்து குறிப்பாக நெற்றிப் பொட் டில் எறிந்தால் ஒருவேளை சாயும். இல்லை கழுத்தில் அரிவாளை ஓங்கிப் பிடிக்கணும். அரிவாள் முழுக்க முங்கிவிடும். பிடுங்கி எடுக்க முடியாது. ஓங்கும்போது கண்டுகொண்டு கோரைப்பல்லால் லாத்தினால் அரிவாள் சில்லுச் சில்லாகத் தெறித்துவிடும்.

வடக்கூரான் உடம்புக்கே அரிவாள் தெறித்துவிட்டது. அவனுக்கும் கறியேறின உடம்பு. அதொருமாதிரி இறுகிப்போன சதை. எப்படி அந்த மாதிரி உடம்பை வளர்த்தானோ.

முதலில் அரிவாளை எடுக்கும்போது கை கூசியது. ஓங்கின வுடன் பயம் கூடியது. ஒரே வெறுப்பில் போட்டுத் தீட்டிய பிறகு

பயம் அற்றுப்போனது. கையில் ரெண்டு குண்டும் இருக்கையில் என்ன பயம்.

இந்தப் பன்றியைக் குண்டால் எறிந்து சாய்த்துவிடலாம். சனி யனைக் கொன்றுபோட்டு என்ன செய்ய. நாறிப்போகும். குண்டுச் சத்தம் வெளியே கேட்டால் சங்கடம். இது பல்லை இளிக்கிற இளிப் புக்கு இன்னேரம் வேல்கம்பிருக்கணும். விலாவில் குத்தி ஏந்தலாம். நாக்கைத் துருத்திக்கொண்டு சாயும்.

அன்றைக்குப் பின்னால் ஓடிவந்தவர்கள் யாரென்று தெரிய வில்லை. கொஞ்சம் பிழைத்தார்கள். இல்லையென்றால் வைத்த குறிக்கு அக்கக்காகச் சிதறியிருப்பார்கள். அவர்களைப் பிடித்த நல்ல வேளை கார் வந்துவிட்டது. இன்னொரு குண்டை எடுக்க முடியாமல் போயிற்று. இருட்டுக்குள் ரோட்டைவிட்டு விலகி நின்றால்கூட அவர்கள் ஓடத்தான் செய்வார்கள். ஓடு மச்சான் என்று பின்னாலிருந்து கொடுத்தால் என்னாகும். குருட்டு மூதேவி கள் மாதிரி பின்னால் ஓடிவரலாமா.

வடக்கூரானுக்குச் சரி. வாங்கிக் கட்டவேண்டிய நேரம் வந்து விட்டது. எத்தனை பேர் வாயில் மண்ணள்ளிப் போட்டானோ. தெருப் புழுதியைக் கவ்விவிட்டான். இதுக்குள் அவன் குழியில் ஆடு மேய்ந்திருக்கணும். இவன் வாங்கிக்கட்டினால் ஓடிவந்த பயல்களுக்கு என்ன வந்துவிட்டது. சிரிப்புத்தான். மாமா வந்ததும் ரெண்டு சண்டீர்களைப் பற்றி விசாரிக்கணும்.

கைக்குண்டென்ன லேசுப்பட்டதா. அதைச் செய்யப் பட்ட பாடென்ன. கஷ்டப்பட்டு மருந்து சம்பாரித்து பீங்கான் பொறுக்கி ஆணி வாங்கிச் சேர்க்கப் பெரிய சங்கடமாகப் போயிற்று.

கம்மஞ் சோறு கேட்டு ஆத்தாவைத் தொந்தரவு செய்தான். ஆட்டநோட்டம் பார்த்துவிட்டு அவள் கேட்டாள்.

“என்னலே இது தலப்பெரட்டு புதுசா.”

“ஒண்ணுமில்லத்தா கம்மஞ் சோத்துக்கு ஆசையாருக்கு.”

“எண்ணைக்குமில்லாற ஆச வருதோ.”

“கம்மஞ் சோத்த வச்சு என்ன செய்யப்போறாக பெரிசா.”

“அப்படின்னா பேசாம இரு. இனியொரு நாளைக்குக் காச்சித் தாறென் பக்குவமா.”

“அத இண்ணைக்குத்தான் காச்சித் தரணும்.”

“அப்ப வெசயத்தச் சொல்லு.”

ஆத்தாவிடம் தப்பிக்க முடியுமா.

“ரெண்டு சுத்திப் பாக்கலாம்னு.”

“அப்படி வாயேன் வழிக்கு. சுத்துறது சரியே. எல்லா வெவரமும் தெரியுமா. பெறகு வம்ப வெலைக்கு வாங்கீட்டு...”

“தெரியும்.”

“அப்ப ஒம் பிரியம். எச்சரிக்கையாச் செய்யணும். ஆமா இதெல்லாம் ஒனக்கு எதுக்காம்.”

“கைகாவலுக்குத்தான்.”

“சரிதாண்டா... இருக்கணும்... அண்ணைக்கு எம் புள்ள கையில ஒண்ணுமில்லாம இருக்கப்போயித்தான் இம்புட்டு ஆச்சு. கையில ஆயுதமிருந்தா ஆரு போயிருப்பா அவங்கிட்ட...”

ஆத்தா பக்குவமாகக் கம்மஞ் சோறு காய்ச்சிக் கொடுத்தாள். அதை மெனக்கிட்டுப் பசையாக்கி துணியில் பசையேற்றிக் காய வைத்த பாடம் எவனுக்குத் தெரியப்போகிறது.

கரும்பு தின்றுகொண்டிருந்த பன்றியைக் கலைக்காமல் நடந்தான். சில இடங்களில் கீரிப்பிள்ளைகள் நூலிழையாக நழுவின. இன்னொரு பக்கம் காட்டுப் பூனைகள் விரட்டித் திரிந்தன. அவனைப் பார்த்துவிட்டு மூட்டுக்கடியில் நின்று கவனித்தன. தீக்கங்கு போல் மின்னிக்கொண்டு கண்கள்.

மேலவரப்போரம் கரும்புத் தோகைகளை விலக்கிக்கொண்டு பார்த்தான். மாமாவும் அய்யாவும் வந்துகொண்டிருந்தார்கள். நேரே கரும்புத் தோட்டத்துக்கு வரவில்லை. திரும்பி ஓடையோரம் பனை யடிக்குப் போனார்கள். அவனும் அங்கே போனான்.

மாமா முகம் மாறிப்போயிருந்தது. குத்தாக மயிர் முளைத்து ஒரு மாதிரியாக இருந்தார். ஒரு நாளும் முகத்தை அப்படி வைத் திருக்கமாட்டார். மீசை மட்டும் எடுப்பாகத் தெரியும்படி மழுங்கச் சிரைத்திருப்பார். இன்றைக்கென்னமோ அந்தக் களையில்லை. அவருக்கு மனசில் வருத்தம் போலிருக்கிறது. எல்லாருக்கும் இப்படி ஏற்பட்டிருக்கவேணாம்.

மாமா பனையில் சாய்ந்திருந்தார். அருகில் உட்கார்ந்து கொண்டான். அய்யா யோசனையில் இருந்தார். மாமாவின் தொடையில் சாய்ந்தான். அவர் அவன் மீது கையைப் போட்டுக் கொண்டார்.

“செலம்பரம், மெலிவாயிட்டயே ரெண்டு மூணு நாளைக்குள்ள.”

“நான் ஒங்களக் கேக்கணும்னுருக்கென்.”

“எனக்கென்ன வீட்ல தின்னுட்டுத் திரியிறவனுக்கு.”

“நீங்களா வீட்ல இருப்பீக. எல்லாம் எனக்குத் தெரியும்.”

“என்ன தெரியும்.”

“அத்தைய அலையவைக்கிறது.”

மாமா அவன் முதுகில் தட்டினார்.

“அத்த ஒன்னப் பத்தி ரெம்பக் கேட்டுவுட்ருக்காப்பா. இங்க சோறு கொண்டுவரச் சொன்னாக்கூட வந்துருவா.”

“பாவம் அத்தையப் போயி அலையவைக்கீகளே.”

“எல்லாரும் அலையலயா.”

“என்னாலதான்.”

யோசனையிலிருந்த அய்யா பார்வையைத் தாழ்த்தினார். மாமா அவன் மேல் இன்னும் கையை அழுத்தினார். அய்யா சாதாரணமாச் சொன்னார்.

“என்னாலதாம்ப்பா இவ்வளவும்.”

பழையபடி அண்ணாந்துகொண்டார். மாமா இடையில் பேசினார்.

“எல்லாராலயுந்தான். அதப்பத்தி இப்ப எதுக்குப் பேசணும். காலாகாலத்துல ரெண்டு பேரும் வயித்துப்பாட்டப் பாருங்க. அதுக்குப் பெறகு மிச்சத்தப் பேசிக்கிறலாம். செலம்பரம் அத்த குடுத்துவுட்ட சோத்தச் சாப்பிடுறயா இல்ல நீ பொங்குனத எனக்குக் குடுக்கயா.”

அவன் எழுந்துகொண்டான். அய்யா முகத்தில் வருத்தமில்லை.

“மாமா நீங்க ஒரு நாளைக்கு இருந்து பாத்தாத் தெரியும் நான் சோறு குடுக்கனா இல்லையான்னு. இண்ணைக்கு நீங்க வந்த நேரம் சரியில்ல. சாப்பிட்டுட்டீகளா.”

“முடிச்சாச்சு. நீங்க போயிச் சாப்பிட்டுட்டு வந்துருங்க.”

மாமா கொடுத்த பையை வாங்கிக்கொண்ட அய்யா கேட்டார்.

“பொட்டணம் பெரிசாருக்கே. நீரும் வந்து ஒருவாயி போட்டுக்கிறதுதான மாப்பிள.”

“ஒங்களுக்குத் தொணைக்கா.”

அய்யாவும் அவனும் எழுந்து பக்கத்துக் கிணற்றுக்குப் போனார்கள். மதியத்துக்கு மீதம் வைத்து சாப்பாட்டை முடித்துக் கொண்டு சீக்கிரமே திரும்பிவிட்டார்கள்.

மாமா மதியம்வரை பேசிக்கொண்டிருந்தார். கேஸ் பற்றியே அதிகம் பேசினார்.

“கேஸ் தாக்கலாகியாச்சு. வேல எவ்வளவு சூட்டிக்கையா நடக்குதுன்னு நெனச்சீக.”

அய்யா தலையசைத்தார்.

“நடக்கும் நடக்கும். வடக்கூராங்கிட்டப் பெறக்கித் தின்னதுக்கு செய்யவேணாமா. அதொண்ணு. இனியொண்ணு நம்ம மேல உள்ள கடுப்பு. ஆராரச் சேத்துருக்காங்க.”

“நீங்களும் செலம்பரமுந்தான். என்னச் சேக்காம வுட்டது ஆச்சரியமாருக்கு.”

“காரணம் இருக்கு. அவங்களுக்கா தெரியாது. விடிய விடிய உக்காந்து காரணங்களக் கண்டுபுடிக்கிறவங்களாச்சே. பொணத்தச் சோதன பண்ணியாச்சா.”

“அறுத்து முடிஞ்சது.”

“சாச்சி தயாரிச்சிருப்பாங்களே.”

“கடக்காரன் ஒருத்தன். இன்னொருத்தன் வடக்கூரான் வீட்ல இருக்கானே தடியன்.”

“சரியான பெயகதான். என்ன மாதிரி சொல்லுவான்.”

“கடையில வடக்கூரானும் தடியனும் யேவாரம் வாங்கீட்ருக்காக. நீங்க ரெண்டு பேரும் போயி வல்ரூட்டியா பணத்தப் பறிக்கீக. தகராறு முத்தி கைகலப்பு வருது. நீங்க வடக்கூரான அருவாளக் கொண்டு வெட்டி கைக்குண்டால எறிஞ்சு கொல செஞ்சிட்டு ஓடுறீக. இது கேஸ். அந்த மாதிரி சாச்சி சொல்லச் சொல்லுவான்.”

“நல்லாச் சோடிச்சிருக்கான் மாப்பிள. ஒம்மச் சேத்தா இனியும் சோடனையாகிப் போகும்னு வுட்டுட்டான். ரிப்போர்ட் எழுதி வாங்கினானா இல்ல அவனாவே போட்டுக்கிட்டானா.”

“கெராமுனுசு எழுதிக்குடுத்துருக்கான்.”

“அவனுக்கு அவ்வளவு துமுரா.”

“எழுதிக்குடுன்னு சொல்றபோது என்ன செய்வான்.”

“அப்படியில்ல மாப்பிள. அவனும் லேசுப்பட்டவனா. ஊமக் குசும்பன். எல்லாம் கூட்டுக் களவாணிப் பெயக.”

அவனுக்கு ஆச்சரியமாயிருந்தது. மாமாவிடம் கேட்டான்.

"இத்தனைக்கும் வடக்கூரானோட இருந்த தடியன் என்ன செஞ்சானாம்."

அய்யா எரிச்சல்பட்டார்.

"புளியங்கா புடுங்கித் தின்னுருப்பான்."

மாமா சொன்னார்.

"அவன் பயந்து ஓடிப்புட்டான்."

"வெசயம் போலீசுக்கு எப்படித் தெரியும் மாமா."

"ஓங்கய்யா தெருவுக்குள்ள ஓடி ஒளிஞ்சத எவனோ கவனிச்சிருக்கான். அதுலருந்து புடிச்சுக்கிட்டான்."

"எம்பின்னால ஓடிவந்தாங்க ரெண்டு பேரு. அவங்கதானாக்கும்னு நெனச்சேன். அவங்க ஆருன்னு வெசாரிச்சீங்களா மாமா."

"லாரியில மூட எறக்கிறவங்க. நமக்கு வேண்டிய பெயகதான். ஒருத்தன் தப்பிச்சிட்டான். இன்னொருத்தனுக்குக் கரண்டக் கால்ல நல்ல காயம். ஆஸ்பத்திரிக்குப் போகல. தனியா கெட்டுப் போட்ருக்கான்."

"அவனப் புடிச்ச நல்ல வேள."

"ரெண்டு பெயலயும் சத்தம்போட்டென். தலைய ஓட்டீட்டு நின்னாங்க. இப்படின்னு தெரிஞ்சா ஓடிவருவாங்களா."

"அவங்கிட்டச் சொல்லிக்கிட்டா செய்வாங்க."

மாமா அய்யாவைப் பார்த்தார். அவர் சிந்தனையிலிருந்து இன்னும் விடுபடவில்லை. கொஞ்சம் பொறுத்துக் கேட்டார்.

"கேஸ் வெசயத்த வக்கீல் மூலமாத் தெரிஞ்சுக்கிட்டீரா."

"நமக்கு வேண்டிய போலீஸ்காரரு ஒருத்தரு இருக்காருல்ல."

"அப்படின்னா சார்ச்சீட்டு சீக்கிரத்துல போட்டு முடிச்சிருவாங்க."

"நமக்கு நல்லதுதான். இழுபறியில்லாமப் போகுமே."

"நாயி வந்ததாச் சொன்னீரே."

"வந்தது. கொல நடந்த எடத்துலருந்து தெக்காம ஓடி தாவணி வீதியோட நின்னுருச்சு."

"அதுக்குப் பெறகு காலக் கௌப்பி அவன் மேல மோண்டு வுட்ருக்கும்."

"நீங்க தெருவுல திரும்பி ஓடுனது தப்பு."

“ஓடியிருக்கப்புடாதுதான். என்ன செய்றது, அவசரம். டிரான்ஸ் பாரத்த வேற தொறந்துட்டென். பீஸ் புடுங்குனத ஆரும் பாத்துறக் கூடாதுங்கிற ஆத்தரம். வீட்ல வந்து ஒம்ம தங்கச்சிய அனுப்பணும். கோயிலுப் பக்கம் வந்ததுந்தான் ஓடியிருக்கப்புடாதுன்னு தோணுச்சு. ஓடிவரயில டேசன் வாசல்ல ஒருத்தன் காவலுக்கு நின்னான். அவந்தான் பாத்துருக்கணும்.”

“இருக்கும். இத்தனைக்கும் நானும் ஒல்லி ஏட்டும் கோயிலோரம் டீக்கடையில நின்னுட்டுத்தான இருக்கொம்.”

“அப்படியா. அதனாலதான் ஒம்மச் சேக்கல போலருக்கு. எல்லாம் கோளாறா இருப்பாங்க. துட்டுக் கையேறியிருச்சுன்னா வீட்ல இம்சப்படுத்தியிருப்பாங்களே.”

“ஒங்க வீட்ல கதவப் புடுங்கி வெளிய சாத்தீட்டாங்க. தாவாரத்து ஓடு கொஞ்சம் நொறுங்கியிருச்சு. உள்ள இருந்த சாமாங்கள கொஞ் சங் கொஞ்சமா வெளியேத்தி எங்க வீட்ல போட்டாச்சு. எங்க வீட்ல வந்து தேடீருக்கான். அவ அடுத்த வீட்டுக்குப் போயிட்டா. வீட்ட ஒண்ணுஞ் செய்யல. மணியக்காரரக் கூப்பிட்டு வெசாரிச் சிருக்காங்க. அவரு எப்படியோ சமாளிச்சு அனுப்பீட்டாரு.”

“இப்படியே திரிஞ்சா எப்படி. எல்லாருக்கும் வீணா கஸ்டந்தான். ஊருக்குள்ள நெலவரம் எப்படியிருக்கு. பொணத்த எடுத்துப் போட்டண்ணைக்கு வடக்கூருக்காரங்க ரெம்பப் பேரு வந்துருப்பான். வேற ஒண்ணும் நடக்கலயே.”

“கொஞ்சம் பெயக வந்துருந்தான். இங்க சின்னிங்பேக்டரி மொதலாளி இருக்காரே அவுக ரெம்பத் துள்ளுனாக. என்ன வந்தாலும் வரட்டும்னு நம்ம தெருப் பையங்களும் ஆயுதங்களோட தயாரா இருந்தாங்க. கிட்ட எவன் வருவான்.”

“நம்மூருல அடக்கம்பண்ணுனாங்களா வடக்கூருக்குக் கொண்டு போயிட்டாங்களா.”

“வில்லுவண்டியில் வச்சுக் கொண்டுபோயிட்டாங்க.”

“அதென்ன பொணமாவா இருக்கும். பனையேறி நொங்கு ஒடச்சமாதிரி மண்டையப் பெளந்து மூளைய எடுத்துருப்பான். வயித்தக் கிழிச்சுக் கொடல உருவீருப்பான். மிச்சத்த புளிச்சிப்பம் போல ஓலப்பாயில சுருட்டிக் கெட்டிக் குடுத்துருப்பான். இதே கதி அண்ணைக்குக் கெடச்சிருக்கணும் ஜின்னிங் பேக்டரிக்காரனுக்கு. இப்பத் துள்ளாம என்ன செய்வான்.”

“ஆமாமா, பழைய கெத்து இனியும் இருக்கு.”

“கெத்தாவது மயிராவது. எவனாச்சும் எடுபுடி ரெண்டு பேர ஏவிவுட்டு வேடிக்க பாப்பானேயொழிய இவன் கிட்டப் போக மாட்டான். போலீஸ்காரங்க எல்லாம் சேந்து இவனக் கெட்டிக் காரனாக்கி வுட்டுட்டாங்கல்ல. ஏன் துள்ளமாட்டான்.”

“நம்ம செஞ்சுக்கிட்ட தப்பு.”

“அதச் சொல்லுங்க. அண்ணைக்கு நம்ம பெயக அந்தக் கூட்டத்துல எறங்கீருந்தா அவன் தைரியமா துப்பாக்கியக் கையில எடுத்துருப்பானா.”

“வண்டி பத்தீட்டுப்போன அப்பிராணியச் சுட்டுக் கொன்னான் பாருங்க. அத நெனச்சாத்தான் வயித்தெரிச்சலாருக்கு.”

“அண்ணைக்கு அவன் கறிய அறுத்துக் காக்காய்க்குப் போட் ருக்கணும். இண்ணைக்கு என்னடான்னா சீரட்டக் கவ்வீட்டு கரும்போத்து மாதிரி மோட்டார் சைக்கிள்ல ஓலாத்துறாக. எத்தன நாளைக்குன்னு பாப்பொம்.”

அய்யா நறநறவென்று பல்லைக் கடித்தார்.

“செலம்பரம் ஒறக்கம் வருதா.”

மாமா அவனை நிமிண்டினார்.

“சின்னிங் பேக்டரிக்காரன நெனச்சா ஒறக்கமும் வரும் பாருங்க. பழைய கதைய நெனச்சுப்பாத்தென்.”

“நீ அதக் கண்ணால பாத்தவனாச்சே.”

“பாத்து என்ன செய்ய. அத்தன சனங்களுக்கு முன்னால தைரியமாக் கொலசெஞ்சு போட்டுட்டு இண்ணைக்கு நாணயமாச் சுத்துறான். அவனுக்குப் பின்னால எடுபுடி எத்தன பேரு. ஒவ்வொ ருத்தனக் கண்டா கோவம் என்னமா வருது தெரியுமா.”

அவன் பனையில் நிமிர்ந்து சாய்ந்தான். அய்யா வெறுப்புடன் சொன்னார்.

“சுத்தட்டும்ப்பா. எவனாச்சும் ஒருத்தன் ஒருநா ஒரு பொழுது தீட்டத்தான் போறான். வடக்கூரான் கததான். எனக்கென்ன கோவம்னா அண்ணைக்கு வண்டிமாட்டத் தெரட்டி ஊருவலம் போன மொதலாளியெல்லாம் இப்ப அவங்கிட்ட வந்து பருத்தி போடுறான். காப்பி குடிக்கானே அதக் கண்டுதான்.”

“எனக்கு அதுகூட வருத்தமில்ல மச்சான். பருத்தியப் பாரமேத்தி வண்டிபத்தீட்டு வாறானே வேலக்காரன், அவனுக்குக் கொஞ்சங்கூட உறுத்தல பாருங்க.”

“உறுத்தி என்ன செய்ய. அவன் அருவாளத் தூக்கீட்டு வந்தாலும் இங்க இருக்கிறவன் புடுங்கிவச்சு அனுப்பீருவான்.”

“கரும்போத்தனத் தீட்னாச் சரியாப்போகும் மாமா.”

“அநியாயமாக் கொல செஞ்சவன் சொகமாருக்கான். போலீசு அவன ஒண்ணுஞ் செய்யல. பேருக்கு ஒரு கேசுகூடப் போடல. கூட்டாளியா கும்மாளமடிக்கான்.”

“வடக்கூரான் திரியலயா.”

“அவனக் கொன்னதுக்குமட்டும் போலீசு நம்ம குண்டிக்குப் பின்னால வெரட்றானே.”

அய்யா இடையில் சொன்னார்.

“இந்த அநியாயந்தான் மாப்பிள நடந்துக்கிட்டு வருது.”

அவனுக்குக் கோவம் வந்தது.

“அப்ப எல்லாரவும் சேத்து மாட்டவேண்டியதுதான். அதான் நாயமாத் தெரியிது. என்ன மாமா.”

மாமா நிதானமாகச் சொன்னார்.

“போலீசு என்ன செய்வான். அவனுக்குமேல சட்டம் போக்கு வருத்துன்னு எத்தனையோ சனியன் இருக்கே.”

“சட்டத்துல அநியாயமாக் கொலபண்ணச் சொல்லியா இருக்குது. இல்ல கொல செஞ்சவனோட சேந்து கூத்தடிக்கச் சொல்லியிருக்குதா.”

மாமாவையும் அய்யாவையும் பார்த்தான். அவர்கள் பேசவில்லை. மாமா தாடியைச் சொறிந்துகொண்டார். அய்யா பனஞ்சில்லாடையில் குச்சுக்களை உருவினார்.

வெயில் ஏற ஆரம்பித்தது.

மதியத்துக்கு மேல் மாமா கிளம்பினார். அவரிடம் மறக்காமல் பிசினைக் கொடுத்தனுப்பினான். அத்தைக்குப் பிசின் மேல் எவ்வளவு பிரியம். காக்காய்ப்பிசினை ஒதுக்கிவிட்டு வெள்ளைப் பிசினை உருக்கித் தின்பாள். கருப்பட்டி போட்டு உருக்கினால் தேனாயிருக்கும். அவள் சுடச்சுடத் தின்னும்போது பார்க்கணும்.

மாமாவை அனுப்பிவிட்டு அய்யா திரும்பினார். மாமா கொடுத்துப் போன சோற்றில் மீதமிருந்தது. அதைப் பனையோரம் வைத்து சாய்ந்திருந்தான். அய்யா அடுத்த பனையோரம் உட்கார்ந்து கொண்டார்.

“மதியம் சாப்பிடணுமாப்பா. இப்பச் சாப்பிட்டதுக்குள்ள பசிக்கவா செய்யிது.”

“இருக்கிறத ராத்திரிக்கு வச்சுக்கிருவொம்.”

“கையி பெலமா வீங்கியிருக்கே எதுக்கு. காட்டு இப்படி.”

“நேத்து தேங்கொளவி கொட்னது.”

“அடடா அதுக்கா இப்படி வீங்கிப்போச்சு மினுமினுன்னு. கொடுக்கு வந்துருச்சா வெளிய. நான் கவனிக்கலயே. எதவும் புடிக்க வைக்கச் சங்கடமாருக்குமே.”

“சின்னக் கொடுக்குத்தான். எடுத்துட்டென். நாளைக்கு வீக்கம் வத்திப்போகும்.”

“நல்ல புள்ளப்பா நீ.”

“மாமா என்னமும் சொல்லீட்டுப் போறாரா.”

“என்னச் சத்தம் போட்டாரு. ஒன்ன நல்லாக் கவனிக்கலயாம்.”

“ரெண்டு பேரும் நடுக்காட்ல கெடந்துக்கிட்டு என்ன செய்ய.”

“இப்பயே இப்படின்னா தப்பித்தவறி தண்டன குடுத்து செயில்ல போட்டாச்சுன்னா நல்ல சோத்தப் பத்திப் பேச முடியுமான்னு நான் சொன்னெஎன்.”

“நல்ல சோறில்லன்னுதான் கவலையாக்கும். செயில்ல நம்ம தாத்தாவா இருக்கான் பொங்கிப் போடுறதுக்கு.”

“மொதல்ல செயில்ல வேல பாக்கிற அத்தன பெயகளவும் புடிச்சு உள்ள போடணும். கொஞ்ச அநியாயமா பண்றான். இருக்கிற பண்டம் அத்தனையும் அவன் தின்னது போகத்தான் மிச்சம் கைதிகளுக்கு. பாலு பழம் கறி... ஏயப்பா எல்லாம் நெனச்சுப்பாத்தா இப்பப்போல இருக்குது.”

அய்யா பழைய நினைவுகளில் லயிக்கத் தொடங்கினார். முகத்தில் கடுகடுப்பு மாறி களையான சிரிப்பு. இரு கைகளையும் பின்வாக்கில் ஊன்றி அண்ணாந்திருந்தார். பனைக்கும் உயரே எதையோ கூப்பிட்டு வரவழைப்பதுபோல் அவர் பார்வை.

அவன் அவரைக் கவனித்துக்கொண்டே சொன்னான்.

“அப்பயே அந்தக் கூத்துன்னா இப்பச் சொல்லவேணாம்.”

அவர் அலுங்கவில்லை. அண்ணாந்தவாறே புருவத்தை உயர்த்தி உயர்த்திச் சொன்னார்.

"எங்ககூட ஒரு பெரிய மனுசன் இருந்தாரு. தாட்டிக்கமான ஆளு. நான் அப்பச் சின்னவன். ஒன்னவிடக் கொஞ்சம் பெரியவன்."

பார்வையைக் குனியவைத்து அவனைக் கூர்ந்து நோக்கினார்.

"அவரு என்னத்துக்காக உள்ள வந்தாரு."

"ரெண்டு கொல செஞ்சிட்டு வந்தவரு. என்ன நல்லா வச்சுக் கிருவாரு. களவாண்டுட்டு உள்ள வந்தவங்களக் கண்டா சுத்தமாப் புடிக்காது. கண்டபடி திட்டுவாரு. மாட்டிக்கிட்டவன் மொனங் கீட்டுப் போவான்... என்னமோ சொல்லவந்தனே... ஒருநா கூழுப் போட்டாங்க. கட்டி கட்டியாத் தருவாங்க."

அவன் முகத்தை இன்னொரு தடவை உற்று நோக்கி நிறுத்தினார். அவன் அமைதியாக இருந்தான். அவர் தொடர்ந்தார்.

"பெரியவருக்குப் போட்ட கட்டியில ரெண்டு பக்கமும் மயிரு நீட்டீட்டு இருந்துச்சு. அவரு அந்த மயிரப் புடிச்சுத் தூக்கி அத வச்சே கட்டிய நாலா வெட்னாரு. கோவம்னா சொல்ல முடியாது."

"தூக்கி எறிஞ்சிட்டாரா."

"கோவத்த அடக்கீட்டு என்னப் பாத்துச் சிரிச்சுக்கிட்டு கட்டிய வாயில போட்டாரு. இல்லன்னா நான் சாப்பிட மாட்டனே."

"அவருக்கு எத்தன வருசம்."

"ரெண்டு கொல செஞ்சவராச்சே. செம்மம் சொல்லீருந்தான். அவரு தண்டனைக்குப் பயப்படல. இனிமே என்ன. நம்ம புள்ளீக நல்லாருந்தாப் போதும். நம்ம எங்க இருந்தாலும் ஒண்ணுதான்னு சொல்லீட்டுப் படுத்துருவாரு. அந்த வைராக்கியம் எவனுக்கும் வராது. அவர அடிக்கடி ஆளுக வந்து பாத்துட்டுப் போவாக. ஒளிவுமறவாக் குடுத்துட்டுப் போன பண்டங்கள எனக்குக் குடுக் காமத் திங்கமாட்டாரு."

"நல்ல மனுசன்."

"நான் விடுதலையாகி வரயில அவருக்குச் சந்தோசம். எனக்கு மனசு என்னமோ போல இருந்துச்சு. கண்ணீரு வந்துருச்சு. தெம்பு சொல்லி அனுப்பிவச்சாரு."

அய்யா பெருமூச்சுவிட்டார். அவன் அவரைப் பார்த்துக் கொண்டிருந்தான்.

"வெளிய வந்த பெறகு அவரப் பாத்தீகளா."

“உள்ள ரெண்டு தடவ மனுக் குடுத்துப் பாத்தென். காயிதங் கூடப் போடுவாரு. நாந்தான் ஒரு எடத்துல நிக்கலயே. அவரு விடுதலையாகி வந்தண்ணைக்கு வேட்டி துண்டெடுத்துக் குடுத் துட்டு வந்தென். தல பஞ்சுப் பொதியா நரச்சுப்போச்சு. தெம்பு கொறையல. எனக்கு முந்தியே உள்ள போனவரு.”

“எந்த ஊரு.”

“தெக்காட்டுப் பக்கம். நான் கலியாணம் முடிச்ச பெறகு ரெம்ப நாளா போக்குவருத்தில்ல. இதுக்குள்ள கண்ண மூடியிருப்பாரு. அந்த மனுசனப் பத்தி இப்ப நெனச்சாலும் மனசுக்குக் கஸ்டமாருக்கு.”

“அப்படி நல்ல மனுசனும் செயிலுக்குப் போகணும்னு இருந்துருக்கு.”

“எல்லாம் சேந்து அவரு குடும்பத்தக் கருவறுக்கணும்னு திட்டம் போட்ருந்துருக்காங்க. இவரு பாத்தாரு. புள்ளீக தலையெடுக்கிற வரைக்கும் குனிஞ்சு குடுத்துட்டே இருந்தாரு. தலையெடுத்துச்சோ இல்லையோ ஒண்ணுக்கு ரெண்டு பேரச் சாச்சுப் போட்டுட்டுக் கெளம்பீட்டாரு.”

“அவ்வளவு கோவம்.”

“லேசுப்பட்ட கோவமா. ஒருத்தனோட எலும்பச் சுட்டுத் தின்னு ருக்காருன்னாப் பாரேன்.”

“என்ன அநியாயம் செஞ்சாங்களோ.”

“அநியாயத்துக்கென்ன கொறச்சலா. இண்ணைக்கு ஒரு வடக்கூரான் அண்ணைக்கு ஒரு தெக்கூரான்.”

“நமக்குச் செயிலு.”

அய்யா சிரித்தபடி உடம்பைச் சரித்தார்.

“செயில்ல சோறு கெடைக்கிறதப் பத்திக்கூட ஆருக்கும் கவலை யில்ல. பீடித்துண்டுக்கு உசிர வுடுவாங்க. ஒரு பீடி கெடச்சா கறிச்சோறு கெடச்ச மாதிரி. வச்சு வச்சுக் குடிப்பான். குடுக்கிற கடலப்பருப்பச் சேத்துவச்சு ஒருத்தனத் தயார் பண்ணி பீடி வாங்கி வரச் சொல்லுவான். அடுத்தவன் பீடி வச்சிருந்தா கடலப்பருப்ப வித்து ஒரு பீடி வாங்குவான். ஒவ்வொருத்தன் சோத்தவே வித்துப் புருவான்.”

“பீடி மேல அவ்வளவு ஆச.”

“எங்கள ஒருநா காலையில வெளிய பத்தீட்டுப் போறான் ஆடு மாட்டப்போல. மோத்தரச் சட்டியச் சொமந்துக்கிட்டு கொஞ்ச பேரு நடக்கான். போற வழியில ஒரு பீடித்துண்டு கெடந்துருக்கு. ஒருத்தன்

அப்படியே காலு வெரலுட்டு நமட்டி எடுத்துருக்கான். எங்களப் பத்தீட்டு வந்தவன் இதக் கவனிச்சிட்டான். தோதா உக்காரவச்சு செவியில ஒரு ஓத குடுத்தான். உக்காந்திருந்தவன் கிறுகிறுன்னு சுத்திச் சாஞ்சிட்டான். பெரியவருக்குக் கோவம் வந்துருச்சு. இனிமே தொட்டா எலும்பும் சதையுமா பிச்சுருவன்னு சொல்லீட்டாரு. அடிபட்டவனுக்கு வசவு ஏராளம். அண்ணைக்கிலருந்து ஆருக்கும் அடி வுழுகிறதில்ல. பெரியவரக் கண்டா கர்புர்னு மொனங்கிக் கிறதோட சரி.”

“உள்ளவச்சிட்டு அடிக்கிறது பெரிய கெட்டிக்காரத்தனமாக்கும்.”

“அது அவனுக்குக் கெட்டிக்காரத்தனமாத் தோணுது.”

அய்யா சலித்துக்கொண்டார். உடம்பை முழுக்கக் கிடத்தினார். எழுந்து உட்கார்ந்தார். பீடி பற்றவைத்தார். பனையில் முதுகை உரசினார்.

அவன் மெல்லச் சொன்னான்.

“நேரத்தோட கரும்புத் தோட்டத்துக்குள்ள போயிறணும். அப்பத்தான் படுக்கிறதுக்கு எடம் பாக்க முடியும். இருட்டிப் போச்சுன்னா கண்ணு வெளிச்சமில்லாம கரும்புச் சொண குத்தி ஒறங்க வுடாது. காத்து ஆரம்பிச்சுருச்சு. நேரம் ஆக ஆக வலுத்துக்கிரும். கொஞ்ச நேரத்துல போயிருவொம். என்ன சொல்றீக.”

“ராத்திரிச் சாப்பாட்ட முடிச்சிட்டுப் போகணும். போயி நடுத் தோட்டத்துலயா படுக்கப்போறொம். ஒரு ஓரமா வாய்க்காலுக்குள்ள படுத்துக்கிறணும். அப்பத்தான் தப்பிக்கத் தோதாருக்கும்.”

“மலம்பண்ணி ஒண்ணு திரியிது.”

“அப்படியா. ரெம்ப அழிம்புசெய்யுமே.”

“கரும்பச் சப்பீட்டுத் திரியிது.”

“ருசி கண்டுருச்சுன்னா லேசுக்குள்ள கெளம்பாது.”

“அது ஒரு பக்கம் கெடந்தா நம்ம ஒரு பக்கம் கெடக்கப் போறொம்.”

“ராத்திரி வேளையில போலீசு தேடி வரமாட்டான். துப்புத் தெரிஞ்சா ஒருவேள கூட்டமா வருவான்.”

“வந்தா வாங்கிக்கெட்டுவான்.”

“மேகாட்ல எங்கூருப்பக்கம் ஒருத்தன் வாரண்டுக்குத் தப்பி அலஞ்சான். அவனப் பட்டப்பகல் வளச்சுக்கிட்டாங்க ரெம்பப் பேரு. ஆளொண்ணு துப்பாக்கியொண்ணு. அவன் ஒருத்தன்

என்ன செய்வான். கெட்ட நேரத்துக்கு ஒரு பீதின்னிப் பெய காட்டிக்குடுத்துட்டான். ஆப்புட்டா உசிரோட கொண்டுபோக மாட்டான்னு தெரிஞ்சுபோச்சு. ஒண்ணுக்கொண்ணு சாச்சுப் போட்டுட்டுப் போயிறணும்னு முடிவுபண்ணுனான். ஓடுற ஓட்டத்துல அருவாள ஒருத்தன் மேல வீசி எறிஞ்சான். அது தோளுப் பொசத்தப் புடிச்சுப் பாஞ்சது. ஓடிப்பாத்தான். முடியல. பக்கத்துல நின்னவன் சுட்டுட்டான்."

"கையில குண்டு இல்லாமயா ஒளிஞ்சிருந்தான்."

"இருந்திருந்தா சங்கதி வேற."

"நம்மகிட்ட வந்தா ஒரு குண்டுக்கு ஒருத்தன் குறி. அதுக்கு மேல நம்ம உசிரு போனாப் போகுது."

அய்யா எழுந்துகொண்டார்.

"நான் கொஞ்சம் அலஞ்சிட்டு வாறென். நேரம் போயிருச்சுன்னா நாளைக்குத் தங்க எடம் பாக்க முடியாது. முன்னப்பின்ன இந்தப் பக்கம் தெரிஞ்சுக்கிட்டதில்ல. தெரியாற எடத்துல நோட்டம் பாத்துக்கிறது நல்லது."

"ஆமாமா போற போக்குல தேட முடியாது."

"நீ இங்கயே இருக்கயா தோட்டத்துப் பக்கம் போறயா."

"என்னப் பத்தி ஒண்ணுமில்ல. பொழுதடைய கெணத்துக்கு வந்துசேருங்க. சாப்பாட்ட முடிச்சிட்டுப் போயிறலாம்."

"அப்படியே செய்வொம்."

அய்யா புறப்பட்டார். சாப்பாட்டுப் பொட்டணத்தைப் பனையடிச் செடி மறைவில் வைத்தான். பொழுதடையும்வரை ஒரு வேலையும் இல்லாமல் இருக்கவேண்டியதை நினைத்தால் சிய்யென்றிருந்தது. வேலைமெனக்கிட்டவனை வெட்டிப் போட்டுவிட்டு வேலைமெனக்கிட்டு அலையவேண்டியிருக்கிறது.

வேலைமெனக்கிட்ட பயல்களால்தான் எல்லாத் தொந்தரவும் வருகிறது. அவனவன் பண்ணுகிற வேடிக்கையை நினைத்தால் என்னமாகக் கோவம் வருகிறது. ஆளுக்கொரு பேச்சு சண்டீர்த்தனம். இப்படி வளர்ந்துபோயிற்று.

ஊரில் கட்சிகளுக்குக் குறைவில்லை. கொஞ்ச நாளைக்கு அவர் கட்சி என்பார்கள். பிறகு இவர் கட்சி என்பார்கள். கண்ட கண்ட இடத்தில் கம்பு நட்டிக் கொடியேற்றுவார்கள். ஒண்ணுக் கொண்ணு உயரமாக ஏற்றுவார்கள். கோயில் மைதானத்துக்கு

முன்னால் பார்க்கணும். காற்றடித்த நேரம் அத்தனை கொடிகளும் பேயாட்டம் போடும். ஒவ்வொரு கொடிக்கம்பும் வெவ்வேறு சாய மடிக்கப்பட்டிருக்கும்.

ஊருக்குள் அடிக்கடி கட்சிக் கூட்டங்கள் நடக்கும். ஜின்னிங் பேக்டரி முதலாளி கூட்டத்தில் தோரணையாகப் பேசுவார். வெள்ளை முழுக்கைச் சட்டைக்கும் கருத்த உடம்புக்கும் வெளிச்சத்தில் பொருத்த மாயிருக்கும். அவரைச் சுற்றி ஒரு கும்பலே உண்டு. சந்தையிலோ கடைத் தெருவிலோ சண்டை சச்சரவு நடக்கிறதென்றால் காரணம் அந்தக் கூட்டமாகத்தான் இருக்கும்.

மற்றவர்கள் முணுமுணுப்பார்கள்.

"அவர ஆரு கேக்கிறது. அவுக ஆட்சி நடக்குது. அட்டகாசம் பண்றாக."

கட்சிக்காரர்கள் ஊர்ச் சந்திகளில் கூட்டம்போட்டு ஒருவருக் கொருவர் திட்டிக்கொள்வார்கள். உன் வண்டவாளம் தெரியாதா குட்டை உடைப்பேன் என்று ஆவேசமாகப் பேசுவார்கள். மறுநாள் பார்த்தால் ரெண்டு பேரும் சேர்ந்து டீ குடித்துக்கொண்டிருப்பார்கள்.

சில கட்சிக்காரர்கள் பணக்காரர்களைச் சகட்டுமேனிக்கு ஏசுவார்கள். பிறகு அவர்கள் கடைகளுக்கு உண்டியலைத் தூக்கிக் கொண்டு போவார்கள். பார்க்கச் சிரிப்பாயிருக்கும்.

ஒரு நாள் சாயங்காலம் ஊரில் பெரிய கூட்டம் நடந்தது. சுற்றுக் கிராமங்களிலிருந்து ஏராளமாக ஆட்கள் வந்திருந்தார்கள். விசாகக் கூட்டம் மாதிரி இருந்தது. ரோடுகள் முழுக்கச் சனங்கள். கார் போகமுடியவில்லை. வரிசை வரிசையாக மாட்டு வண்டிகள். வண்டி நிறைய ஆட்கள். ஒவ்வொருவர் கையிலும் அட்டை கட்டிய கம்புகள். அட்டைகளில் பல மாதிரி எழுதியிருந்தது.

பணக்காரர் வீடுகளிலிருந்து டிராக்டர்கள் வந்திருந்தன. அவை வண்டிகளுக்கு முன்னால் சென்றன.

ரோட்டின் இரு புறமும் போலீஸ்காரர்கள் போனார்கள். எல்லா ருக்கும் முன்னால் பெரிய மனுசர்கள் சத்தம்போட்டபடி நடந்தார்கள். அவர்கள் சொல்லச் சொல்லப் பின்னாலிருந்தவர்கள் திருப்பிச் சொன்னார்கள். கைகளை முறுக்கி உயர்த்தினார்கள். கொடிகள் பிடித்திருந்தார்கள். பெரிய சட்டை துண்டு போட்டிருந்தார்கள்.

முன்னால் நடந்த பெரிய மனுசர்களை அடிக்கடி ஜின்னிங் பேக்டரி முதலாளியுடன் பார்த்திருக்கிறான். சம்மணம்போட்டு சாவகாசமாகப் பேசிக்கொண்டிருப்பார்கள்.

அவன் ஓடி ஓடி வேடிக்கை பார்த்தான். ரோட்டு மரங்களில் ஏறி வண்டிகள் போவதை அழகுபார்த்தான். சில இடங்களில் வண்டிகள் நின்று நகர்ந்தன. வடக்கூர் போன்ற ஊர்களிலிருந்து வண்டிகளும் ஆட்களும் வரவில்லையென்று பேசிக்கொண்டார்கள். காரணம் நிறைய சொன்னார்கள். கூட்டம் நடத்துவது வேறு கட்சியாம். வராதவர்கள் வேறு கட்சியாம்.

கூட்டம் தாவணி வீதியில் ஆரம்பித்து ஜின்னிங் பேக்டரியை நோக்கிப் போனது. அந்த வழியாகத்தான் கோயில் மைதானத் துக்குப் போகணும்.

செடிக்கொரு அட்டை கட்டிய விவசாயப் பண்ணைப் பருத்தித் தோட்டம் வரிசைபிடித்து நகர்வது போல் கூட்டம் போய்க்கொண் டிருந்தது. போகப் போக சத்தம் அதிகமாகியது. கண்டபடி கத்தி னார்கள். வண்டியிலிருந்தவர்கள் எழுந்து நின்று கையை உயர்த்திச் சத்தம்போட்டார்கள்.

ஜின்னிங் பேக்டரிக்கு முன்னால் இன்னொரு சிறு கூட்டம் நின்றது. பதிலுக்கு அவர்களும் கத்தினார்கள். வண்டிகளில் இருந்தவர்களுக்குக் கோவம் வந்துவிட்டது. அட்டைக்கம்புகளை மாறிப்பிடித்து ஓங்கித் திட்டினார்கள். ஒரு வண்டியில் வெற்றிலை போட்டபடி வேடிக்கைபார்த்துக்கொண்டு வந்த ரெண்டு பெண்கள் கையை நீட்டி நொடித்தார்கள். இதுக்குள் ஜின்னிங் பேக்டரியிலிருந்து ரோட்டுப் பக்கம் கல்லெறி தொடர்ந்து விழுந்தது. மாடுகள் மீதும் விழுந்தது. அதனால் மாடுகள் நின்று சுளித்தன.

அவன் பெரிய வேப்பமரத்தில் ஏறி ஒளிந்துகொண்டு பார்த்தான்.

ஆத்திரம் தாங்காமல் வண்டியிலிருந்தவர்கள் கீழே குதித்தார்கள். இவர்களும் கல்லெறிந்தார்கள். எறி ஜின்னிங்பேக்டரி மீதும் அதையடுத்த வீட்டின்மீதும் சடச்சடவென்று விழுந்தது. போலீஸ் காரர்கள் ரோட்டிலிருந்தவர்களை லத்தியால் விரட்டினார்கள்.

அந்தப் பக்கத்திலிருந்து எறி ரெம்ப வந்தது. சில சமயம் வேம்பு மீதும் விழுந்தது. அவன் கரட்டானைப்போல் ஒளிந்துகொண்டான். பின்னாலிருந்து வந்த கூட்டம் சேர்ந்து அந்த இடத்தில் ஆட்கள் ரெம்பக் கூடிவிட்டார்கள்.

ஜின்னிங் பேக்டரிக்குள் பலர் நுழைய முயற்சி செய்தார்கள். முதலில் கல்லெறிந்த கூட்டம் உள்ளே ஒளிந்து கதவுகளைப் பூட்டிக் கொண்டது. பேக்டரி முதலாளி வீட்டுக்குள்ளிருந்து கோவமாக வெளியே வந்து ஒரு விரலால் பயமுறுத்திவிட்டு அவசரமாக உள்ளே போனார். ஜன்னல் வழியாக எட்டிப் பார்த்தார். கொஞ்ச நேரத்தில் வெடிக்கும் சத்தம் தொடர்ந்து கேட்டது.

வண்டி பத்திக்கொண்டுபோன ஒருவர், "அய்யய்யோ அம்மா" என்று அலறிக்கொண்டு இருப்புச் சட்டத்தில் குப்புறச் சாய்ந்தார். கூட்டம் கலைந்து நாலா பக்கமும் சிதறி ஓடியது. முன்னால் கத்திக் கொண்டு நடந்தவர்கள் எங்கே போனார்கள். போலீஸ்காரர்கள் என்ன ஆனார்கள்.

அவன் கண்ணை மூடிக்கொண்டு மரத்திலிருந்து இறங்கினான். காட்டுப் பாதையில் வீட்டைநோக்கிக் குடல்தெறிக்க ஓடினான்.

அன்றைக்கு ராத்திரி உறக்கமே வரவில்லை. அய்யாவும் ஆத்தாவும் இதைப் பற்றி நிறைய பேசினார்கள்.

மறுநாள் ஊரே ஒரு மாதிரியாக இருந்தது. எங்கே பார்த்தாலும் கூட்டம். கடைகள் மூடிக்கிடந்தன. சில கடைகளில் பாதி திறந்தபடி உள்ளிருந்து வேடிக்கைபார்த்தார்கள். தெருக்களில் ஆள் நடமாட்ட மில்லை. போலீஸ்காரர்கள் நடமாடினார்கள்.

ஜின்னிங் பேக்டரியைச் சுற்றி நிறைய போலீஸ் காவலிருந்தார்கள். சில இடங்களில் கோவமாயிருந்த ஆட்களைப் பெரிய சட்டை துண்டு போட்டவர்கள் சமாதானப்படுத்திக்கொண்டிருந்தார்கள்.

பிணத்தை எடுத்துக்கொண்டு எல்லாரும் ஊர்த் தெருக்களில் அமைதியாகப் போனார்கள். பிணத்தின் மேல் மாலைகள் நிறைய இருந்தன. எதுக்கு அப்படி அமைதியாகப் போனார்கள் என்று தெரியவில்லை. நேற்று மாட்டு வண்டிகளுக்கு முன்னால் கத்திக் கொண்டு போன பெரிய மனுசர்களில் பலர் பிணத்துக்கு முன்னால் தலை குனிந்து நடந்தார்கள். அவர்கள் போன வழிப்படியே கூட்டம் நகர்ந்தது.

செத்தவர் பக்கத்தூர் முதலாளி வீட்டில் வேலைசெய்தவராம். நாலஞ்சு குழந்தைகள் உண்டாம். பாவம் கெட்ட காலத்துக்கு மாட்டிக்கொண்டார். சும்மா வண்டி பத்திக்கொண்டு போனவரை ஏன் சுட்டார்கள். அவர் என்ன செய்வார். வண்டி பத்தினால் சம்பளம் தருவார்கள். எப்படியும் காலையிலேயே ஊரைவிட்டுக் கிளம்பியிருக்கணும். ஒரு நாள் சம்பளமாயிற்று. மதியம் சாப்பாடு போட்டார்களோ என்னமோ.

ஊருக்குள் அமளி ஆரம்பித்தது. கண்ட கண்ட இடத்தில் பேசிக்கொண்டார்கள். ராத்திரி நேரம் தொடர்ந்து கட்சிக் கூட்டங் கள் போட்டார்கள். ஒவ்வொரு கூட்டத்திலும் ஜின்னிங் பேக்டரி முதலாளியைப் பயமுறுத்திப் பேசினார்கள். போலீஸ்காரரைக் குறை சொன்னார்கள்.

அவர்கள் திட்டுவதைப் பார்த்தால் ஜின்னிங் பேக்டரி முதலாளிக்கு அன்றைக்கே கணக்கு முடிந்தது என்று தோன்றியது. கைவசம் ஆயுதம் வைத்திருப்பது போலவும் பேசி முடித்ததும் அவரைத் தீர்த்துக்கட்டுவதுதான் முதல் வேலை என்பது போலவும் இருந்தது. கையைக் காலை ஆட்டி வீராவேசமாகப் பேசினவர்கள் நாவறண்டு தொடர்ந்து பேச முடியாமல் தவித்தார்கள். கடைசியில் சோடா குடித்ததும் எல்லாம் அடங்கிவிட்டது. தண்ணீர் ஊற்றிய தீ மாதிரி அமைதியாக உட்கார்ந்திருந்தார்கள். அப்போது கூட்டத்தில் கைதட்டல் அடங்க நேரம்பிடித்தது.

ஒவ்வொரு கட்சிக்காரரும் செத்தவர் எங்கள் கட்சியைச் சேர்ந்தவர் என்று சொன்னார்கள். இது ஒரு தகராறு. இதனால் சில சமயம் ஒரு கட்சியை இன்னொரு கட்சி குற்றங் கூறிப் பேச வேண்டியிருந்தது. ஒரு வழியாக செத்தவர் இன்ன கட்சிக்காரர்தான் என்று ஒத்துக்கொண்டார்கள்.

ரெண்டு மாசம் போனது. கோயில் மைதானத்தில் வரிசை வரிசையாக லைட் போட்டுப் பெரிய கூட்டம் நடத்தினார்கள். முக்குகளில்தான் தோரணம் ஏராளம். விசாகத் திருவிழா மாதிரி நடந்தது.

வடக்கே தூரத்திலிருந்து பெரிய ஆள் வந்திருந்தார். மைதானத்தின் தெற்கு மூலையில் பளிங்கு மாதிரி கட்டியிருந்த தூணை அவர் திறந்துவைத்தார். தூணில் அதைத் திறந்தவர் பெயர் பெரிசாகச் செதுக்கப்பட்டிருந்தது.

இப்போது ராத்திரி வேளையில் நிறைய பேர் அந்தத் தூண் மறைவில் மோண்டுவைக்கிறார்கள். சந்தையன்று ராத்திரி சாராயம் விற்கிறார்கள்.

ஊரில் சாராயத்துக்குப் பஞ்சமில்லை. டின் டின்னாக விற் கிறார்கள். அதே தொழிலாக அலைகிறார்கள். எத்தனை பேர் அதனால் பணக்காரர்களாகிவிட்டார்கள். ஊர்விட்டு ஊர் விற் கிறார்கள். இதனால் ஊருக்கு ஊர் சண்டை வருகிறது.

சாராயம் காய்ச்சத் தோதாக காடுகளில் வேலிக்கருவலை முளைத்துக் கிடக்கிறது. அடர்ந்து வனமாக இருக்கிறது. அவனவன் கருவலையை வெட்டிக் கரிமூட்டம் போட்டு விற்றான். அதில் வரு மானமில்லை. கரி விற்ற காசுக்குச் சாப்பாட்டுக் கடையில் தின்று தீர்த்துவிடுகிறான். பிறகு கரியைக் கணக்கு வைத்துக் கடனுக்குத் தின்பான்.

இப்போது கரிமூட்டத்தோடு சாராயப் பானையும் வேகிறது. ரெண்டு பேர் கரிமூட்டம் போடுவது போல் ஆள் பார்ப்பார்கள். தள்ளிப் போனால் சாராய வடிப்பு நடக்கும்.

அவனுங்கூட ஒரு நாள் சாராயம் வடிக்கப் போனான். விளை யாட்டுப் போக்கில் போய்விட்டான். கரை நெடுக முண்டு காளான் போல் ஊறல் பானைகள் புதைக்கப்பட்டிருந்தன.

அவனைத் தண்ணீர் சுமக்கச் சொன்னார்கள். நடை நடையாக எடுத்து ஊற்றினான். சின்னப் பிள்ளை விளையாட்டுப் போல் ஊற்றி ஊற்றிக் கொட்டினார்கள். ரெம்ப வேடிக்கையாயிருந்தது.

கொஞ்ச நேரங்கழித்து மேல் உலையைப் பிரித்து உள்ளே தொங்கிய சருவச்சட்டியை எடுத்து அதில் வடிந்திருந்த சாராயத்தை ரெண்டு பாட்டிலில் அடைத்துத் தனியே வைத்தார்கள். அது முதல் வடிப்பு. அப்புறம் உலையைக் களிமண் வைத்துப் பூசி அடுத்த வடிப்பு நடந்தது.

அப்போது ரெண்டு போலீஸ்காரர்கள் உடுப்பில்லாமல் வந்து முதல் வடிப்பில் ரெண்டு பாட்டிலையும் வாங்கிப்போனார்கள். குடிக்கவும் செய்தார்கள். கொண்டுவந்திருந்த சேவுகளைக் கொறித்துபடி போனார்கள்.

சாராயக்காரர்கள் போலீசைக் கண்டால் தலைமறைவாகிறார்கள். பிடித்துக்கொண்டு போய்விடுவார்கள் என்பதற்காக அல்ல. ஓசிக்குச் சாராயம் ஊற்றி முடியாதே. பாட்டிலில்வேறு கொடுத்தனுப்பணும். அதோடு சாப்பாட்டுக் கடையில் கறி திங்கக் காசு கொடுக்கணும். அது போக மாசாமாசம் கப்பம் கட்டணும். இந்தத் தொந்தரவுக்கு கேசுக்குப் போனாலாவது சொற்ப அபராதத்துடன் சரி. இவ்வளவு செய்தும் மாசம் ரெண்டு கேஸ் சொல்லாமலேயே கொடுக்கணும் முறை போட்டு.

இத்தனை செலவும் போக சாராயத்தில் லாபமிருக்கிறது. இல்லை யென்றால் சும்மா திரிந்தவன் விரலுக்கொரு மோதிரம் போட முடியுமா. அதனால்தான் காடுகரைகளில் வேப்பமரமும் வேல மரமும் பட்டையுரித்து மூளியாக நிற்கிறது. சின்னச் செடியைக்கூட விட்டுவைப்பதில்லை.

இப்போது சாராய வடிப்பு முன்னேறிவிட்டது. உலையைப் பிரிக்காமல் சாராயம் வெளியே பாட்டிலில் குழாய் மூலம் வடிகிற மாதிரி தொழில் நடக்கிறதாம்.

அவன் வடிப்புக்குப் போன நாளில் கடைசி வடிப்பில் ஒரு டம்ளர் கிடைத்தது. கண்ணை மூடிக்கொண்டு குடித்தான்.

குமட்டல் தாங்கவில்லை. வரும் வழியில் பாலத்தடியில் படுத்துவிட்டான். குடல் வலிக்க வாந்தியெடுத்தான். தலைமுழுகிக் குளித்துவிட்டு நடக்கையில் வெட்கமாயிருந்தது. அன்றைக்கோடு சரி. நல்ல வேளை மாமாவுக்கு விசயம் தெரியாது.

சாராயக் குடி ரெம்ப மோசம். அதனாலேயே கார்மேகச் சின்னையா கையைப் பறிகொடுத்துவிட்டார். ஆரம்பத்தில் என்ன சுதாரிப்பாக மில் வேலைக்குப் போனார். பத்து மைல் சைக்கிளில் போய்த் திரும்புவார்.

சைக்கிள் அலங்காரத்தைப் பார்க்கணும். குதிரைக்குட்டி வருவது போலிருக்கும். மணியக்காரத் தாத்தா மகளைத்தான் கலியாணம் பண்ணியிருந்தார். ரெண்டு குழந்தைகள்.

சாராயம் குடித்துவிட்டு மில்லுக்குள் போய் வேலை பார்த்திருக்கிறார். அதென்ன கமலைச் சாமானா கை கால் பட்டுக்கொண்டால் மாடுகளை நிறுத்திவிட்டு எடுத்துக்கொள்ள. மிஷினுக்குள் இடது கையைக் கொடுத்துவிட்டார். அவரிடம் கேட்டால் சாதாரணமாகச் சொல்வார்.

“மில்லுக்குள் திரிஞ்சென் பாரு. ஒறக்கத்துல கையப் புடிச்சு இழுத்த மாதிரி கடுக்னு சத்தங் கேட்டது. அவ்வளவுதான் ஒரு கையக் காணும். காளமாடு சோளத்தட்டையக் கடிச்ச மாதிரி தின்னுருச்சு.”

மில்லில் பணம் கொடுத்து ஊருக்கு அனுப்பிவிட்டார்கள். அந்தப் பணத்தையும் சாராயம் குடித்துக் கரைக்கிறார். மணியக்காரத் தாத்தா சொல்வார்.

“மில்லுக்காரன் கைய வாங்கிக்கிட்டுப் பணம் குடுத்துருக்கான் குடிக்கச்சொல்லி. இவ்வளவு பட்டு அழுந்தியும் தெரியலன்னா ஆருட்டச் சொல்றது.”

இப்படியாகிப் போனது அவர் பிழைப்பு.

அய்யா ஆரம்பத்தில் ரெம்பக் குடித்தார். யார் வாங்கிக் கொடுத்தாலும் ஊற்றிக்கொள்வார்.

அண்ணன் போன பிறகு ஒரு நிதானத்துக்கு வந்துவிட்டார்.

அண்ணன் செத்து இந்த விசாகத்தோடு அஞ்சு வருசம் ஆகிறது. வீட்டில் ஆத்தா அஞ்சு தடவை அத்தையோடு விளக்குக்கு முன்னால் உட்கார்ந்து அழுதிருக்கிறாள். அழும்போது அடிக்கடி “ரோசனையுள்ள மந்திரி” என்று சொல்வாள்.

அத்தை சானகிக்கும் சேர்த்து மெல்ல அழுவாள். அய்யா சுவரில் தொங்கும் சீசாக்களைப் பார்த்தபடி இருப்பார். பெருமூச்சு விடுவார். மாமா வாசல் நிலையில் ஒற்றைக் காலில் நிற்பார்.

விளக்குக்கு முன்னால் சோறு படைத்து எல்லாரும் கும்பிடு வார்கள். விசாகத் திருவிழாவுக்கு யாரும் போவதில்லை. கோயி லுக்குப் போய் தேங்காய் உடைத்து வருவதோடு சரி.

அண்ணன் மீது அய்யாவுக்கு மரியாதை உண்டு. பல சமயம் அவனைக் கலந்துகொள்வார். தோட்டத்தில் கதிரறுக்க அவனோடு பேசி முடிவுசெய்வார்.

அண்ணனும் தோரணையாகப் பேசுவான். சின்னப்பையன்களுடன் சாவகாசம் வைத்துக்கொள்ள மாட்டான். என்னேரமும் கயிறு திரிப்பான். மாமா வீட்டில் மாடுகளைக் கவனித்துக்கொள்வான். வாக்கூடு பின்னுவான். சகல தொழிலும் தெரியும். சோறு வடிக்க கட்டுக்கொடியால் வடிதட்டு பின்னிக்கொடுப்பான்.

வடக்கூரானுக்கு அறிவில்லை. சரியான ஆம்பளையென்றால் தரத்துக்குத் தரம் அய்யாவுடன் மோதியிருக்கணும். அய்யா மேல் கோவமென்றால் அவர் காலில் முட்டியிருக்கணும். கோவமென்ன பொல்லாத கோவம். ரெண்டுபேரும் நேருக்கு நேர் சண்டையா போட்டுக்கொண்டார்கள். இருக்கிற கொஞ்ச நிலத்தையும் எழுதிக் கொடுத்திருக்கணும். அப்போது சந்தோசப்படுவான்.

இதுக்கு அண்ணன் என்ன செய்வான். சும்மா ஆடு மேய்த்த வனைக் கொன்றிருக்கிறான்.

அண்ணனை நினைத்தால் கூடவே வடக்கூரான் நினைவும் வருகிறது. வீட்டில் யார் வருத்தப்படுவதைப் பார்த்தாலும் வடக் கூரான் நினைவுதான் வருகிறது.

அவனுக்கு அண்ணனில்லாமல் ஆடு மேய்க்கப் பிரியமில்லை. கருப்பையா மச்சானோடு கூட்டாடு மேய்த்தான். சின்னப் பையன் களுடன் விளையாட்டை நிறுத்திவிட்டான். ஊருணிப் பக்கம் அவ்வளவாய்ப் போக்கில்லை. பொழுதடைய ஆடுகளைப் கட்டிப் போட்டால் நேரே கோயில் பக்கம் போவான். தெப்பத்துச் சுவரில் உட்கார்ந்து மைதானத்தை வெறித்தபடி உட்கார்ந்திருப்பான். கீழே தங்கச்சியும் நாயும் விளையாடிக்கொண்டிருப்பார்கள்.

அண்ணன் வைத்திருந்த சின்ன அரிவாளை எடுத்து நன்றாகத் தீட்டினான். அதைக் கால்சட்டைக்குள் தோதாக மறைத்து வைக்க முடியவில்லை. அண்ணன் உடுத்தின வேட்டியைக் கொடியிலிருந்து உருவி உடுத்திக்கொண்டான். ரெண்டு நாள் கழித்து அய்யா நாலு

முழ வேட்டி ரெண்டு வாங்கிவந்து கொடுத்தார். அரிவாளை வலது புறம் அரணாக்கயிற்றில் தொங்கப்போட்டு வேட்டியை மடித்துக் கட்டினால் சாதாரணமாகத் தெரிந்தது.

அவன் வேட்டி கட்டிப் போகும் தோரணையைப் பார்த்து அத்தை அகலமாக முழித்தாள்.

அய்யா பல சந்தர்ப்பங்களை எதிர்பார்த்துத் திரிந்தார். வடக் கூரானைப் பற்றித் துப்புத் தெரிய பனையேறியைச் சினேகம் பிடித்தார். அவரிடம் வடக்கூரான் பதினிக்காகப் பனையடிக்கு வருவான் என எதிர்பார்த்தார்.

பனையேறி நல்ல மனுசன். எந்த வார்த்தையையும் வெளியே விடமாட்டார். சரியாக விடியுமுன் பதினி இறக்கிவிடுவார். வடக்கூர்ப் பனைகளிலும் கலயம் கட்டினார். விடியக்காலம் நல்ல சந்தர்ப்பமாகையால் காரியத்தை முடித்துவிடலாம் என்று அய்யா நம்பிக்கையுடனிருந்தார்.

ஒவ்வொரு நாள் சாய்ந்தரம் பனையேறியும் அய்யாவும் அன்னியோன்னியமாகப் பேசிக்கொள்வார்கள். யாரும் சந்தேகப் படாதபடி பேசுவார்கள்.

அன்றைக்கு விடியக்காலம் பதினி இறக்கிவிட்டு வரும்போது இடது பெருவிரலில் பனையேறி கட்டுப்போட்டிருந்தார். விரல் குட்டையாயிருந்தது. தற்செயலாகப் பார்த்த அய்யா விசயத்தைக் கேட்டார். பனையேறி சாவதானமாகச் சொன்னார்.

"கலயத்து வாவாளையத்தப் புடிச்சென். உள்ள கெடந்த பாம்பு வெரல்ல கொத்தீருச்சு. பாம்புன்னு தெரிஞ்சுக்கிட்டென். அது வெளியேறுச்சு. பாளையருவாளால ரெண்டா வெட்டிக் கீழ போட்டென். அந்தச் சூட்டோட வெரலவும் மட்டையில வச்சுத் தறிச்சிட்டென். நல்லபாம்புக் கழுதையாச்சே. வெசம் ஏறிக்கிட்டா உசிரு போயிடுமே. இது வெரலோட போச்சு. பனம்பூவ வச்சு அமுக்கியிருக்கென். நாலஞ்சு நாள்ல புண்ணு ஆறிப்போவும்."

அய்யா அவர் தோளை இறுகப் பிடித்துக்கொண்டு கலகலத்தார்.

"ஓம்ம மாதிரி புத்தி எவனுக்குய்யா வரும். மனுசப் புத்திய பாளையருவாளாத் தீட்டிவச்சிருக்கீரே."

அதிலிருந்து அய்யாவுக்குப் பனையேறி மேல் இன்னும் பிரியம் அதிகரித்தது. இருவரும் சாயங்காலம் பனையடியில் நுங்கு தின்றுகொண்டே பல விசயங்களைப் பேசிக்கொண்டிருப்பார்கள். சாயங்காலப் பதினியில் இளநுங்குகளைத் தோண்டிப் போட்டுப் பிசைந்து குடிப்பதில் அய்யாவுக்கு இஷ்டம்.

ஒரு தடவை சாயங்காலப் பதினி களவுபோவதாகப் பனையேறி அய்யாவிடம் சொன்னார். அய்யாவுக்குக் கோவம்.

"அப்படின்னா அதக் கண்டுபுடிக்கணுமே. எந்தப் பெயன்னு பாத்து முதுகுல ரெண்டு வப்பு வைக்கணும்."

"அதெதுக்குக் களவாடணும். அவனுக்கு ஆசையிருந்தா பனையடியில வந்து கேக்கட்டுமே. ஊத்தீட்டுப்போறென். துட்டு இண்ணைக்கு எம்மடியில நாளைக்கு வேறவன் மடியில. தெனமும் ஊறுதத் தொடச்சு வாயில ஊத்தீட்டுப் போயிட்டா நான் என்ன செய்யட்டும்."

"அப்ப எவன்னு ஓமக்கும் தெரியும். மூஞ்சியில போட வேண்டியதுதான. இல்ல எங்கிட்டச் சொல்லும்."

"தெரிஞ்சாலும் நேரக் கேட்டா நல்லால்ல. பனையில வச்சுப் புடிக்கணும். நான் காடுகரையெல்லாம் அலையிதவன். எங்க போயி அதுக்காகக் காத்துக் கெடக்கட்டும்."

"ஓமக்குக் கொஞ்சமாச்சும் கூறு இருக்குதா. நெஞ்சு வலிக்கப் பனையேறுறது சும்மாவா. ஆகாற காலத்துக்குப் பல்லி மாதிரி சொத்னு வுழுந்தா அவ்வளவுதானய்யா. அவன் அப்பனா ஓம்ம குடும்பத்தக் காப்பாத்தப்போறான்."

"அவன் குடிக்கலனாப்புல அந்தப் பதினி வந்து எம் புள்ளையக் காப்பாத்தவா போவுது. என்னமோ காலம் ஓடியடஞ்சாச் சரி."

"அப்ப அவன் எல்லாப் பனையிலயும் ஏறிக் குடிப்பான்."

"தடநாரும் நெஞ்சுவாரும் இல்லாமப் பனையேறுதானே அது பெரிய காரியந்தான். தவறுனா என்னாவும்."

"யோவ் நீரு இந்தத் தொழிலுக்கு லாயக்கில்லய்யா. அவனுக்கு எப்படியும் ஒரு வழி பண்ணியாகணும்."

"பண்ணுவொம். ரெண்டு நாளுல பாருங்க."

ரெண்டு நாள் போனது. ஊருணிக் கரையில் வயிற்றுப் போக்கின் காரணமாக இடுப்பைப் பிடித்துக்கொண்டிருந்த ஒருவரிடம் அய்யாவை அழைத்துக்கொண்டு போனார் பனையேறி.

"பதினி களவு போவுதுன்னு கலயத்துல பேதி மருந்தத் தடவி வச்சிருந்தென். தப்பித்தவறி இவரு போயிக் குடிச்சிட்டாரு போலருக்கு. உள்ள போனதெல்லாம் வெளிய பீச்சுது. நேர வந்து என்னுட்டக் கேட்டாக் குடுத்துட்டுப் போறென். இதுக்காவப் பனை யேறணுமாக்கும். நாந்தான் கருமத்துக்குப் போல ஓந்தான் மாதிரி மரத்தத் தொத்தீட்டு அலையிதென்."

இடுப்பைப் பிடித்தவர் ஏறிட்டுப் பார்க்கவில்லை. அய்யா கூட அமைதியாயிருந்தார். பனையேறி பக்கத்திலுள்ள பனைக்கு

நடந்துபோய் ஏறி சிறு குலையுடன் நுங்குக்காய் வெட்டி வந்து சீவிக்கொடுத்தார்.

"நுங்குத் தோடெல்லாம் சேத்துத் தின்னுங்க. தொவப்பு வயித்துக்கு நல்லது."

அய்யா பனையேறியை வைத்த கண் வாங்காமல் பார்த்துக் கொண்டிருந்தார்.

வடக்கூர்ப் பக்கம் மூணு தடவை பனையேறியுடன் அய்யா போனார். விடியக்காலம் பனையேறி வீட்டு வழியாக வந்து எழுப்பிக் கொண்டு போவார். மூணு தடவையும் வடக்கூரான் அமையவில்லை. வழக்கம்போல் வேலைக்காரத் தடியன்தான் வந்து வாங்கிக்கொண்டு போயிருக்கிறான். அவனைக் கொன்று என்ன செய்ய.

பனையேறி வடக்கூரானைப் பனையடிக்கு வந்து சௌகரியமாகச் சுயம்பு குடிக்குமாறு பக்குவமாகச் சொல்லியிருக்கிறார். அதுக்கு அடைபடவில்லை அவன்.

பிறகு அய்யா ஊருக்குள் வடக்கூரானை எதிர்பார்த்தார்.

சிதம்பரம் ரெம்ப நாளாக வடக்கூரானுக்காகக் காத்திருந்தான். கோயில் மைதானத்தில் சந்தைக்குச் சந்தை எப்போது வில் வண்டியில் இறங்குவான் என்று எதிர்பார்த்தான்.

வடக்கூரான் வில்வண்டிச் சத்தமே தனி. ஒயில்கும்மியாட்டம் போல் சலங்கைச் சத்தம். மாட்டுக் கொம்புகளில் சலங்கை கொத் தாகக் கட்டியிருக்கும். வேலைக்காரத் தடியன் வேகமாகப் பத்திக் கொண்டு வருவான். சாட்டையை ஓங்கினால் முன்னால் பாதையில் நுனிச்சாட்டை தொடும்.

வடக்கூரான் வண்டியைவிட்டுத் தோரணையாக இறங்குவான். சுற்றுமுற்றும் கம்பீரமாகப் பார்வையிடுவான். பட்டுத் துண்டு ஏத்தாப்பைச் சரிசெய்துவிட்டு வேட்டியை ஒரு பக்கம் தூக்கிப் பிடித்துக்கொண்டு பசாருக்கு நடப்பான். தடியன் மாட்டுக்குக் கூளம் போட்டுவிட்டு வண்டிச் சட்டத்தில் படுத்துவிடுவான்.

கமிசன் கடைகளுக்குப் போவான் வடக்கூரான். என்னென்னமோ பேசிக்கொண்டிருப்பான். பருத்தி விதைக் கடைக்குப் போவான். போகிற இடத்தில் காப்பி குடிப்பான்.

கமிசன் கடைக்காரர்கள் ரெம்பப் பேர் அவனுக்கு வேண்டிய வர்கள். சொந்தக்காரர்கள். இதுக்கு முந்தி கமிசன் கடை ஒண்ணு ரெண்டு இருந்தது. இப்போது ஏராளம் பெருகிவிட்டது.

சந்தைக்குப் போய்க் கொஞ்ச நேரம் நிற்பான். பொழுது சாய கோயிலுக்கு வருவான். தேங்காய் பழம் வாங்கி சாமி கும்பிடுவான்.

அதை முடித்துச் சாப்பாட்டுக் கடைக்குள் நுழைவான். ஊருக்குக் கிளம்பும்போது இருட்டிவிடும். தனியாகப் போக மாட்டான். சந்தைக்கு வந்த வடக்கூர் ஆட்களை ஏற்றிக்கொண்டு போவான்.

சில சந்தைகளுக்கு வடக்கூர் வழியில் எதிர்பார்த்தால் சந்தர்ப்ப மிருக்காது. வடக்கூர்ச் சனங்கள் வந்தபடியும் போனபடியும் இருப் பார்கள். வண்டிக்குள் இருப்பவனை எட்டிச் செய்ய முடியாது. வண்டி பத்தும் தடியனையும் சமாளிக்கணும்.

இப்படிப் பல சந்தைகள் கழிந்துவிட்டன.

பஜாரில் வடக்கூரான் நிற்குமிடத்துக்குப் பக்கத்தில் அய்யா எங்காவது ஒளிந்து நிற்பார். அவர் கண்ணுக்குப் படாமல் திரியணும். தப்பித் தவறிக் கண்டுகொண்டால் வேறு காரணம் சொல்லித் தப்பிக்கணும்.

வடக்கூரானைக் கொன்றதால் அண்ணன் திரும்பி வர மாட்டான். பிறகெதுக்கு அவனைக் கொல்லணும். அதுவும் இவ்வளவு காலம் காத்துக் கிடந்து.

அவனுக்கு நிலத்தை விற்கவில்லையென்றால் குறைந்தா போகிறது. அவ்வளவு நிலத்தில் இது எம்மாத்திரம். அதுக்காக ஒரு உயிரைக் கொன்றுவிட்டால் காடு வந்துவிடுமா. இல்லை அய்யாதான் பயந்து கொடுத்துவிடுவாரா. தைரியமுள்ளவன் அய்யாவுடன் மோதியிருக்கணும். எதிரில் நின்று வாய்ச்சண்டை போட்டிருப்பானா என்று தெரியவில்லை. வீணாகப் பகையை மனசுக்குள்ளேயே வளர்த்திருக்கிறான்.

என்ன இருந்தாலும் அவனைப் பார்க்கும்போதெல்லாம் அண்ணன் ஞாபகம் வருகிறது. ஒரு உயிரைப் பழிபாவமாகக் கொன்றுவிட்டு கோயிலில் சாமி கும்பிடுவதைப் பார்த்தால் மனசு உளைகிறது. இப்படிப்பட்டவர்களை உயிருடன் லாந்தவிடுவது தப்பென்று தோன்றும். வடக்கூரானுக்கு நினைப்பு எல்லாரையும் அடக்கிவிடவேணுமென்று. அண்ணனைக் கொன்றால் என்ன இன்னொருவனைக் கொன்றால் என்ன. இப்படி நினைப்பிருக்கிறவனை ஒழித்துக்கட்டணும். மற்றவனுக்கு அது எச்சரிக்கையாயிருக்கும்.

பனைகளுக்கு நடுவே ஒத்தையடிப் பாதையில் சிலர் நடந்து போனார்கள். அவர்கள் நடந்து போகும்வரை செடி மறைவில் உட்கார்ந்து கவனித்துவிட்டு நேரே கரும்புத் தோட்டத்துக்குப் போனான்.

அய்யா திரும்புமுன் கரும்புத் தோட்டத்தில் படுப்பதற்கு வாய்க்காலைச் சரி படுத்திவிட்டு வரணும். வந்ததும் சாப்பிட்டுப் படுக்கலாம்.

5

வெளியிலிருந்து பார்த்தால் சுடுகாடு மாதிரி தெரியவில்லை. சிறு நந்தவனம் போல் மரங்களடர்ந்து குளிர்ச்சியாயிருந்தது. மரங்கள் கழுத்து நீட்டி நின்றன. உள்ளே செடிகளை விலக்கிக்கொண்டு போகும்போது அய்யா சொன்னார்.

“வசமான எடத்துக்கு வந்துருக்கொம் பாத்தயா.”

“ஆளு வராது. பாதுகாப்புத்தான்.”

“சுடுகாட்ல மரமே வைக்கக் கூடாதுன்னு சொல்லுவாங்க. இந்த ஊருப் பெயகளப் பாரு, வனமா வளத்து வச்சிருக்கான்.”

“மரம் ஏன் வைக்கக்கூடாதாம்.”

“குளுந்த எணலு இருந்தா சுடுகாட்லயே இருக்கச் சொல்லுமாம். ரெம்ப உசிரக் கேக்குமாம்.”

“அப்ப இந்த ஊருல நெறைய பேரு செத்துப் போயிருப்பாங்களோ.”

“அப்படியொண்ணும் தெரியல. குழிக கலக்கமாத்தான இருக்குது.”

பெரிய ஓடையைத் தாண்டி சுடுகாட்டுக்கு வரணும். குளத்துக்குச் செல்லும் அந்த ஓடையில் தண்ணீர் நிறைந்து கிடந்தது. எதிர்ப் பக்கம் மேடு. குளம் நிறைந்தால்கூட மேடு முங்காது. மேட்டு வழியே ஓடி காலாங்கரையில் ஏறித் தப்பிவிடலாம். இந்தப் பக்கமென்றால் ஓடைக் கரை வழியே ஓடணும்.

சுடுகாட்டுக்குள் இருப்பதை வெளியிலிருந்து கண்டுகொள்ள முடியாது. உள்ளிருந்தபடி வெளியில் வருகிறவர்களைக் காண முடியும். தண்ணீரெடுத்துப் புழங்க ஓடை அருகிலேயே இருந்தது.

100 | வெக்கை

வெயிலாக ஆக சோற்றுப் பிரச்சனை ஞாபகத்துக்கு வந்தது. சுடுகாட்டில் அடுப்பு வைத்துப் பொங்க லாயக்கில்லை. தீப்புகை கிளம்பினால் அலாதியாகத் தெரியும். கண்டுகொள்ள வேறு வழி வேணாம். அரிசியும் கிடையாது. மாமா கொண்டுவந்த சோற்றில் நேற்று வயிற்றுப்பாடு முடிந்தது. நேற்றுப்போல் இன்றைக்கும் மதியம் சும்மா கிடந்துகொள்ள வேண்டியதுதான்.

அய்யா கேட்டார்.

"சோறு பொங்க முடியாது போலருக்கேப்பா."

"பொங்கலன்னாக் கெடக்கு."

"பட்னி கெடந்து சாகிறதுக்கா இங்க வந்து கெடக்கொம்."

"பட்னி ஒருத்தரும் கெடக்கலயே."

"ஆமாமா தெனமும் மூணு வேளைக்கு வயிறாரத்தான் சாப்பிடு றொம்."

"ஒங்களுக்குச் சாப்பிடணும் போலருக்கா."

"ஒனக்குத் தோணலயா."

"இல்லையே."

அய்யா அவனைப் பார்த்துவிட்டுத் தலை கவுந்துகொண்டார்.

"ஆத்தாட்டச் சொன்னா நல்லா மெச்சிக்கிருவா."

"ஏன்."

"பொழுதடஞ்சா சோத்தப் போட்டு வச்சிட்டு செலம்பரம் செலம்பரம்னு கூவீட்டுத் திரிவாளே. காணாறதுக்கு அத்த தேடுவா. இண்ணைக்குப் பட்னி கெடக்கிறதச் சொன்னா சடச்சுக்கிருவா. தண்டியத்தரத்து ஆம்பளப் புள்ளையப் பட்னி போட்டு எடுப்பீ களான்னு சண்டைக்கு வந்துருவா."

"ஆத்தாவும் தங்கச்சியும் எப்படியிருக்காகளோ. வயித்துக்குச் சாப்பிடுறாகளோ என்னமோ."

"நமக்கு வழியக் காணும். அவுகளப் பத்திப் பேசுறான். அவு களுக்கென்ன."

"தங்கச்சிக்கு வாங்கிக் குடுக்க கையில துட்டு இருக்கணும்."

"எல்லாம் இருக்கு. நீயெதுக்கு இப்ப அத நெனச்சுக்கிட்டு. நம்ம வயித்தப்பத்திப் பேசு."

“வயிறென்ன, ஒரேயடியா ராத்திரிக்குப் பாத்துக்கிற வேண்டியதுதான்.”

“அதுக்காச்சும் வழிவேணுமே.”

“நான் அந்த ஊருக்குப் போயிட்டுவாறென். காப்பிக் கட இல்லாமயா போகும்.”

“நீ போக வேணாம். இங்க இரு. நான் போயிட்டு வாறென்.”

“சரி.”

அய்யா கிளம்பத் தயாரானார். அவன் எழுந்து ஓரத்து மர நிழலுக்குப் போனான்.

அவர் எப்படியும் ராத்திரிக்குத்தான் திரும்புவார். சாப்பிட ஏதாவது வாங்கிக்கொண்டு வருவார்.

“நான் போகட்டுமாப்பா. பத்தரமா இருக்கணும். அனாவசியமா வெளிய தலகாட்ட வேணாம்.”

“போயிட்டு வாங்க.”

அய்யா மேட்டுப் பாதை வழியாகக் கரையேறிப் போனார். பக்கத்தூருக்குப் போகமாட்டார் போலிருக்கிறது. வேறு ஊருக்குப் போனால் எதாவது காரியமிருக்கும்.

நேற்று கரும்புத் தோட்டத்தில் உட்கார்ந்து வேட்டியில் ஈர மண் ஒட்டிவிட்டது. பிய்த்துப் போட்டான். தலை அரித்துக் கிடந்தது. கண்ணெரிச்சல். சுடுகாட்டு ஓடையில் ஆசை தீரக் குளிக்கணும். நீச்சலடித்து முங்கி விளையாடணும். முங்கி மண்ணள்ளிப் போட்டுக் குதிக்கணும். வேட்டி சட்டையைத் துவைக்கணும். கால்சட்டையை ஈரத்துடனேயே போட்டுக்கொள்ளலாம். சொகமாயிருக்கும்.

அரிவாளையும் கைக்குண்டுகளையும் ஓடைக் கரையோரம் இலந்தைச் செடி மறைவில் வெயில் படாமல் வைத்தான். வெயில் பட்டால் ஒரு வேளை குண்டு வெடித்துவிடும். வெடிக்காதுதான். உரச முடியாமல் துணிப் பொதிவில் இருக்கிறது. இருந்தாலும் வம்பெதுக்கு. எச்சரிக்கையாக இருக்கணும். வெளியில் திரிய வேணாமென்று அய்யா சொல்லிவிட்டுப் போயிருக்கிறார்.

கால்சட்டைப் பைக்குள் இருந்த பணத்தைக் குண்டு சுற்றியிருந்த துணி நுனியில் முடிந்தான். அய்யாவிடம் பணம் இருக்கிறதா என்று கேட்க மறந்துபோயிற்று. கேட்டால் ஒரு குணத்துக்கு சந்தோசமாகப் பேசுவார். இல்லையென்றால் கோவித்துக்கொள்வார். சமாளித்துக் கொண்டு வரட்டுமே.

அகலக் கல் சம்பாரித்து நீர் விளிம்பில் போட்டு வேட்டி சட்டையை நனைத்தான். சத்தமில்லாமல் துவைத்து கீழே காயப் போட்டான்.

ஓடைக்குள் முங்கும்போது தண்ணீர் முதலில் சூடாகவும் போகப் போகக் குளிர்ச்சியாகவும் இருந்தது. சில இடங்களில் நிற்க முடியாத அளவுக்கு ஆழம். முங்கி எழுந்து சுற்றிலும் பார்த்தான். ரெம்ப தூரத்தில் குளத்து வாகரையில் சில உருவங்கள் தெரிந்தன. இலந்தைச் செடிக்கு விரைவில் ஓடி ஆயுதங்களை எடுக்கக்கூடிய அளவு ஓடையில் நீந்தி விளையாடினான். தண்ணீரை வாய் நிறையக் கொப்புளித்து தவளைச் சத்தம் போட்டான். பல்லிடுக்கு வழியாக ஊற்று மாதிரி பீச்சினான்.

ஊரிலிருக்கும் ஊருணிக்குள் இப்படிக் குளிக்க முடியாது. பல அழுக்குகள் சேர்ந்து ஒரு மாதிரி நாறும். மேச் பாக்டரி ஆட்கள் மருந்து கழுவுவார்கள். இதனால் ஒரு நாள் சண்டை வந்துவிட்டது. சில சமயம் சனங்கள் வீட்டுச் செலவுக்கு ஊருணியிலிருந்து தண்ணீ ரெடுப்பார்கள். மாடு குளிப்பாட்டுவார்கள். பெரிய சண்டை போட்ட பிறகு மேச் பாக்டரி ஆட்கள் ஊருணிப் பக்கம் வருவதில்லை.

ஊருணியில் குளித்தால் ஆத்தா திட்டுவாள். அத்தைக்குப் பிடிக்காது. கூட்டி வந்து நிறைசலில் வைத்து ரெண்டாவது தடவை குளிப்பாட்டிவிடுவாள். முந்திச் சீலையால் துவட்டி எண்ணெய் தேய்த்துவிடுவாள். கண் சிவந்திருந்தால் அடிக்கடி பார்த்து வருத்தப் படுவாள்.

“கண்ட தண்ணியெல்லாம் கண்ணுல பட்டு ரத்தமாச் செவந்துருச்சே.”

என்ன இருந்தாலும் அத்தை அத்தைதான்.

ஓடையில் குளித்து முடித்து வெளியேற நேரமாகிவிட்டது. கண் கரகரத்தது. அய்யாவுக்குத் தெரிந்தால் கோவப்படுவார்.

சுடுகாட்டுக்கு வந்தான். பழைய இடத்தை அடையுமுன் சில புதுக் குழிகளைக் கடக்க வேண்டியிருந்தது. ஒரு சிறு குழியில் பிரண்டைத் தண்டு தளிர்விட்டிருந்தது. ஈரம் படாமல் எடுத்து வந்து ஆயுதங்களை மஞ்சணத்தி மரத்தடியில் வைத்து மரத்தில் சாய்ந்து உட்கார்ந்தான்.

அண்ணனுக்கு அவ்வளவு சின்னக் குழிதான் தோண்டியிருந் தார்கள். காலை நீட்டிப் போட்டால் இன்னும் நீளமாயிருப்பான். காலை மடக்கி இறக்கினார்கள். முழு உருவத்தையும் பார்க்க முடிய வில்லை. எல்லாம் துணி போட்டு மூடியிருந்தது. முகந்தெரியாதபடி சிதைந்துவிட்டது. நாலஞ்சு நாள் கிடந்ததால் வாடையடித்தது.

மாமா எல்லாம் சகித்துக்கொண்டு வேலைகளைச் செய்தார். அய்யா பித்துப் பிடித்தவர்போல் தலையில் கைவைத்து உட்கார்ந் திருந்தார். அடிக்கடி மட்டியைக் கடித்துக்கொண்டார். மாடு மாதிரி மூச்சுவிட்டார்.

ஆத்தாவைச் சுடுகாட்டுக்கு வரவிடாமல் சிலர் தடுத்துக் கொண்டிருந்தார்கள். யார் சொல்லியும் கேட்காமல் தலைவிரி கோல மாகக் குழிக்கு வர முயற்சி செய்தாள். கடைசியில் அவளாகவே எதையோ வைராக்கியமாகச் சொல்லிக்கொண்டு தலையை அள்ளி முடிந்தாள். அழுகையை நிறுத்தினாள். மார்பில் ஒரு கையால் ரெண்டு முறை ஓங்கித் தட்டினாள். நேரே வீட்டுக்குத் திரும்பி விட்டாள். அத்தை வீட்டிலிருந்து கிளம்பவேயில்லை. அழுது ஓய்ந்து மூலையில் படுத்துக் கிடந்தாள்.

பலர் பல மாதிரியாகப் பேசிக்கொண்டார்கள். அண்ணன் இப்படிச் செத்ததுக்கு ஒவ்வொருத்தரும் ஒவ்வொரு காரணம் சொன்னார்கள்.

"பாம்பு பூச்சி கடிச்சிருக்கும்."

"அதுக்குத் தடயமே இல்ல. பூச்சி கடிச்சா இப்படியா செடிக் குள்ள போயிக் கெடப்பான்."

"மண்டையில காயம்பட்ருக்கு. ரத்தம் கசியிது."

"தவறி வுழுந்துருப்பானோ."

"ஆமாப்பா தவறி வுழுந்து செடிக்குள்ளயா கெடப்பாக."

அய்யா எதும் பேசவில்லை.

அண்ணன் உடம்பு ஏன் மறைந்து கிடக்கணும். அதுவும் ஓடை யிறக்கத்தில் பெரிய மொச்சி மூட்டுக்குள் குண்டக்க மண்டக்கச் சுருட்டித் திணித்தவாக்கில்...

ஆடுகள் தன்னாலேயே வீட்டுக்கு வந்தபோது அண்ணனைத் தேடினார்கள். நாலு நாள் அலைந்தார்கள். தோட்டமெல்லாம் துருவிப் பார்த்தார்கள். எங்கேயும் தட்டுப்படவில்லை. ஆடுகளை விட்டுவிட்டுப் போகமாட்டான். வீட்டில் கட்டிவிட்டுத்தான் வேறு வேலை. தேடாத இடமில்லை. விசாரிக்காத துப்பில்லை. அடுத்த ஊர்களில் விசாரித்தார்கள். ஆட்டுக் கூட்டம் அங்கே மேய்ந்தது இங்கே மேய்ந்தது என்று சொன்னதோடு சரி.

வீட்டில் எல்லாரும் சாப்பிட்டு மூணு நாளாயிற்று. அய்யா வீட்டுக்கு வரவில்லை. சோசியமும் கேட்டார்கள். சோசியக்காரன்

எதையெதையோ சொன்னான். அதை நம்பி ஊர்களுக்கு ஆள னுப்பினார்கள். சித்தி ஊரிலிருந்து ஆள் வந்தது.

அஞ்சாவது நாள் வடக்கூரிலிருந்து தகவல் கிடைத்தது. மொச்சி மறைவில் ஒரு பிணம் சுருண்டு கிடப்பதாகச் சொன்னார்கள். அய்யா மாமா எல்லாரும் அலறியடித்து ஓடினார்கள். தோட்டத்து ஓடைத் திருப்பத்தில் மொச்சிக் கும்மலுக்குள் திணித்தவாக்கில் அண்ணன் கிடந்தான். இழுத்து வந்து திணித்ததுக்கு அடையாள மாக மொச்சி விளார்கள் ஒடிந்திருந்தன. அண்ணன் இப்படிச் சாகக் காரணமென்ன? எவ்வளவு எச்சரிக்கையானவன். யாருக்கும் பிடிகொடுக்கமாட்டானே. இந்தக் கதிக்கு எப்படியானான். அதுவும் அடித்துச் சுருட்டி.

அய்யா கூப்பாடுபோட்டார்.

“புலிக்குட்டிய அடிச்சுப் பொட்ணங் கெட்டீட்டானே எந்தப் பெயலோ. என் வலது கைய வெட்டிப் போட்டாக்கூடக் கவலப்பட மாட்டனே.”

யாருக்கும் காரணம் அடைபடவில்லை. மணியக்காரத் தாத்தா சொன்னார்.

“பொல்லாற எளவட்டமா பொம்பள வெசயத்துல மாட்னதாச் சொல்றதுக்கு. வளர்ர பயிரப் போயி ஒடிச்சுத் திணிச்சுருக்கானே. இது வேணும்னு செஞ்சதுதான்.”

தெருவில் சத்தமில்லாமல் காரியங்கள் நடந்தன. ஊர்களுக்கு ஆளனுப்பாமல் மயான வேலை முடிந்தது.

சித்தி ஒரு நாள் வந்து ஒரு பாட்டம் அழுதாள். கடைசியில் கூட கண்ணில் முழிக்கக் கொடுத்துவைக்கவில்லையென அங்கலாய்த்தாள்.

அய்யா மாறிப்போனார். ஆத்தா மெலிந்துபோனாள். மலையில் ஆடு மேய்க்கப் பிடிக்கவில்லை. எங்கும் மேய்க்கப் பிடிக்கவில்லைதான். சுதாரிப்பில்லாமல் எத்தனை நாளைக்கு.

அண்ணன் செத்த காரணம் தெரியாமல் போனது வீட்டில் நிம்மதியைக் குலைத்தது. எல்லாரும் அதைப் பற்றியே நினைத்துக் கொண்டிருந்தார்கள். ஆத்தாவும் அத்தையும் ஒருவருக்கொருவர் பேசிக்கொள்ளாமல் நிறைய நேரம் உட்கார்ந்திருப்பார்கள். மாமா வும் அய்யாவும் கலந்து பேசாத நாளில்லை. துப்புவெட்டித் துப்பு வெட்டிக் கண்டுபிடிக்க முயற்சி செய்தார்கள்.

கிட்டத்தட்ட ஏழெட்டு மாசம் ஆனது. கீழூர் மாட்டுத் தரகர் மேல் சந்தேகப்பட்டார்கள். சந்தேகம் நிச்சயமானது.

அவர் ஒரு சண்டீர்தான். வழக்குகளுக்குப் போவார். இவ்வள வுக்கும் அவருடன் முன்விரோதம் கிடையாது. ஊருக்கு வந்தால் அய்யாவுடன் அன்னியோன்னியமாகப் பேசுவார். சாராயம் வாங்கிக் கொடுப்பார். வாங்கித் தந்தால் சாப்பிடுவார்.

ஒரு வழக்கில் லேசாக முட்டு வந்தது. மாமாவை மரியாதை யில்லாமல் பேசிவிட்டார். மாமாவுக்குக் கோவம். ஊருக்கு வந்தால் கால் ரெண்டும் திரும்பாது என்று சொல்லிவிட்டு வந்தார். அப்புறம் தரகர் ஆளனுப்பி ராசியாகிப்போனார்கள்.

இருந்தாலும் மாமா முன்னைப்போல் அவருடன் அவ்வளவாகப் பேச்சு வைத்துக்கொள்வதில்லை. அய்யா பேசுவார். ஆத்தாவுக்கு இது பிடிக்காது. சத்தம் போடுவாள்.

"வாறவன் போறவங்கிட்ட எல்லாம் என்ன பேச்சு வேண்டிக் கெடக்கு. அவன் நல்லாப் பேசுனாப்புல நம்பிக்கிறதா. ஆளோட தராதரம் தெரியவேணாமா ஆம்பளைக்கு."

அய்யா பதில் பேசமாட்டார்.

அண்ணன் ஆடு மேய்க்கும்போது தரகர் தகராறு பண்ணி யிருக்கிறார். இதை வைத்துக்கொண்டு ஆத்தா சந்தேகத்தைக் கிளப்பினாள்.

"அவனுக்குத் தெரியாம இது நடந்துருக்காது. ஒண்ணு அவன் செஞ்சிருக்கணும். இல்ல அவனுக்குத் தெரிஞ்சிருக்கணும். நஞ்சு முடிஞ்சவனாக்கும். முன்னப் போல இப்ப அவன் போக்குவருத்து இருக்கா. மொதல்ல அதக் கவனிச்சீகளா."

மாமா நிதானமாகச் சொன்னார்.

"சரி அதவுந்தான் பாப்பமே."

அய்யாவுக்குச் சந்தேகம் கிளம்பவில்லை.

"என்ன மாப்பிள நேத்துவரைக்குத் தண்ணி வாங்கிக் குடுத்துட்டுப் போறான். அவனுக்கா தைரியம் வந்துருக்கும். எனக்குத் தோணல."

"அப்படில்ல மச்சான். அவனா கோவத்துல செய்யலன்னாலும் எவனாச்சும் பத்தஞ்சக் குடுத்தா வேணாம்னா இருக்கு."

"அவ்வளவு துணிச்சலு எவனுக்கு வரும்."

"நம்ம வீட்ல கொலையப் பாத்துட்டும் இந்த மாதிரி பேசுறது நல்லால்ல. துணிச்சலு இருக்கப்போய்த்தான செஞ்சிருக்கான். நம்ம பெழப்பு அவ்வளவுதான்."

அய்யா முனங்கி பிறகு அமைதியானார்.

தரகரைப் பற்றித் தெருவில் யாரிடமும் பேசிக்கொள்வதில்லை. மணியக்காரத் தாத்தா அடிக்கடி விசாரிப்பார். கார்மேகச் சின்னையா வந்து பேசிக்கொண்டிருப்பார்.

தெருவில் வாலிபர்கள் அவ்வப்போது கூடிப் பேசுவார்கள். பலர் மேல் சந்தேகப்பட்டுக்கொள்வார்கள். மாமாவிடம் யோசனை கேட்பார்கள். மாமா சொல்வார்.

"நம்ம அவசரப்பட வேணாம். தீர வெசாரிச்சு முடிவு செய்யாம அவசரப்பட்டா ஒண்ணும் செய்யாறவன் அநியாயமாப் போயி ருவான்."

ஒரு சந்தையன்று மாமாவும் அய்யாவும் மாட்டுத் தரகரை ஊரோரம் கட்டாப்புக் கட்டியிருக்கிறார்கள். இவர்கள் வரும் நோக்கத்தை அவர் புரிந்துகொண்டார். வேகமாக நடந்திருக்கிறார். இவர்கள் பின்தொடரவும் நிச்சயப்படுத்திக்கொண்டார்.

பொழுதடையும் நேரம். ஒருவர் முகம் ஒருவருக்குத் தெரியாமல் வசமான நேரம். அவர் திரும்பி எட்டத்திலிருந்து சத்தம் கொடுத் திருக்கிறார்.

"என்னண்ணேன் இருந்திருந்து எம் மேல திரும்பீட்டீக. எம் பெழப்பக் கெடுத்துறாதங்க. புள்ளகுட்டிக்காரன்."

மாமா பேசவில்லை. அய்யாவுக்கு ஆத்திரம்.

"எம் புள்ளையே மண்ணத் தின்னுட்டான். ஒனக்கென்னடா புள்ளகுட்டி."

"அப்படிச் சொல்லாதங்கண்ணேன். எவ்வளவு இருந்தாலும் ஒங்களுக்குத் தொரோகம் செய்ய மாட்டென்."

"இனிவேற செய்யணுமாக்கும்."

நெருங்கிப் போய் அய்யா ஓங்கிய கம்புக்கு அவர் விலகிக் கொண்டு கெஞ்சியிருக்கிறார்.

"என்ன நெனச்சுப் பேசுறது நல்லால்ல. அப்படி நான் குத்தஞ் செஞ்சிருந்தா இந்த எடத்துலயே வெட்டிப் பலி குடுத்துட்டுப் போங்க. அதப் பத்தி எனக்குச் சந்தோசந்தான்."

"ஒனக்குத் தெரியாம நடந்துருக்காது."

"அத நான் ஒளிக்கப்போறதில்ல. எம் மேல குத்தந்தான். இதுக் குள்ள ஒங்க காதுல போட்டுருக்கணும்."

“தெரிஞ்சும் ஏன் சொல்லல.”

“ஓடனே சொல்லீட்டன்னு வையிங்க. ஓங்க முன்கோவத்துக்குச் சும்மாருக்க மாட்டீக. மொதல்ல நானே ஓடந்தன்னு என்னத் தீத்துக் கெட்டீருவீக. இல்ல செஞ்சவனப் போயி முறிமுக்காலாப் போட்ருவீக. புள்ள போனதுமில்லாம வீணால குடும்பமும் கொலஞ்சுபோகுமே. எல்லாம் ஆறப் போட்டு ஓங்க மாப்பிள காதுல போடலாம்னு இருந்தென். அதுக்குள்ள...”

“எம் மனசு ஆறலயேடா பாவி.”

அய்யா மறுபடியும் அடிக்கப்போக மாமா சத்தம்போட்டு விலக்கிவிட்டிருக்கிறார். பிறகு அவரை அழைத்துக்கொண்டு போய் முழுக் கதையையும் விசாரித்திருக்கிறார்கள். அவர் நடந்ததை அப்படியே சொல்லிவிட்டார்.

“நான் இப்படியாகும்னு நெனச்சுக்கூடப் பாக்கல. வடக் கூருக்காரருக்கும் ஓங்களுக்கும் புழுக்கம் பெரிசாருக்கிறதப் பத்தி எனக்குத் தெரியாது. ஆடு மேச்சது நம்ம பையன்னும் தெரியாது. உச்சி மதியத்துக்குப் பையனப் புடிச்சு அடிச்சமாதிரி தெரிஞ் சது. கூட எவனோ ஒருத்தன் நின்னான். தண்ணி போட்ருந்தென் பாருங்க. எனக்கு அரிச்சலாத் தெரிஞ்சது. வெறும் வயித்துல நெறைய போட்டதுக்கும் அதுக்கும் காலு நெலகொள்ளல. நாலெட்டு வச்சுப் போயிச் சத்தம்போடவும் முடியல. சரி பிஞ்சையில ஆடு மேஞ் சதுக்கு வெரட்றாரு போலருக்குன்னு வீட்டுக்குப் போயிட்டென். கடசிக்குப் பாவி இப்படிச் செஞ்சிட்டானே.”

ஆத்தாவுக்கு இது தெரிந்ததும் குமுறினாள்.

“அந்தப் பெய வெளங்குவானா. அவன் சொத்தக் கெட்டி யாளுறதுக்குப் புள்ளையில்லாமக் கருவறுத்தாத்தான் பெத்த வயிறு ஆறும். அவனக் கெடாவெட்டி ரத்தங் குடிக்கலன்னா நானும் பொம்பளையா. பொட்டப்பெய பச்சப் புள்ளையப் போயிக் கொன்னுருக்கானே. எங்கிட்ட வர முடியுமா மொதல்ல. நீங்க ஆரும் அவனத் தொடவேணாம். அடுத்த சந்தைக்கு நான் பாத் துக்கிறென். முந்திச் சீலைக்குள்ள அருவாள வச்சிட்டுப் போயிக் காவு குடுக்கென். எம் புள்ளையப் பறிகுடுத்துட்டுப் பரிதவிக்கிறதவிட செயிலுக்குப் போயிருவென்.”

மாமா சமாதானப்படுத்தினார்.

“வாயி வுடாதம்மா நமக்குத்தான் கேவலம். அவனுக்கு விதி கிட்டத்துலதான் இருக்குது. நீ அமைதியா இருக்கணும்.”

பிறகெல்லாம் அய்யா அதே சிந்தனையில் திரிந்தார். குடிக்கும் சமயம் அதைப்பற்றிப் பேசினார். சிலநேரம் அந்தக் கவலையை மறக்கக் குடித்தார்.

ஆத்தா அழுதுகொண்டே சொல்வாள்.

"நமக்கு குடிவேற கேக்குதோ. வருத்தங்கெட்ட குடி."

அய்யா கண்ணீர்விடுவதைப் பார்த்துவிட்டு ரெம்ப அழுவாள்.

சுடுகாட்டு மஞ்சணத்தி நிழலிலிருந்து வெளியே வந்து எட்டிப் பார்த்துக்கொண்டான். ஒரு குழியில் முளைத்திருந்த பனங்குட்டியில் பச்சை மட்டை வெட்டினான். எடுத்து வந்து உட்கார்ந்து பனங்கருக்கில் விரல் வைத்துப் பதம் பார்ப்பதுபோல் இழுத்தான். அரிவாளால் சீவித் துண்டங்களாக்கி சூரிக்கத்தி வேல்கத்தி கண்டகோடாலி என்று ஆயுதங்கள் செய்தான். கூராகச் சீவி அழகுபடுத்தினான்.

அன்றைக்கு அண்ணன் மட்டும் ஆயுதம் வைத்திருந்தால் வடக்கூரான் கதி என்னாகும். அவன் பெண்டாட்டி பிள்ளைகள் வருசா வருசம் அழுதுகொண்டிருப்பார்கள். பாவி எப்படித்தான் ஆயுதமில்லாமல் போனானோ. தொறட்டிக்கத்திகூடக் கொண்டு போகவில்லை.

கல்லெடுத்து எறிய முடியவில்லையா. நெற்றிப் பொட்டில் குறிவைத்திருப்பானே. வைத்த குறி தப்பாது. ஒரு வேளை கால் தவறிக் கீழே விழுந்திருப்பான். அப்படித்தான் அகப்பட்டிருக்க முடியும். என்ன செய்வது, கையில் ஆயுதம் இல்லாத குறை இன் றைக்கு இந்த நிலைக்குக் கொண்டுவந்துவிட்டது.

பசிக்கத் தொடங்கியது. அய்யா நிச்சயம் இப்போதைக்குள் வரமாட்டார். முக்கியமான காரியத்துக்குப் போயிருப்பார். போன காரியம் முடிந்துதான் திரும்புவார். எத்தனை காரியத்தை மனசில் வைத்துக்கொண்டு போயிருக்கிறாரோ. திரும்ப ராத்திரியாகும். அதுக்குள் ரெம்பப் பசிக்கும்.

ஏதாவது வாயில் போட்டுத் தண்ணீர் குடித்தால் பரவாயில்லை. கொஞ்சம் பசி தாங்கும். மத்தியானப் பசி கடுமையானது.

ஆடு மேய்க்கும்போது மதியம் சாப்பிடவில்லையென்றால் கிறக்கமாயிருக்கும். முகம் வாடிப்போகும். மதியச் சாப்பாட்டுக்கு நேரங்கழித்து வீட்டுக்கு வந்தால் அத்தைக்குத் தாங்காது. மெனக்கிட்டு வந்து ஆத்தாவிடம் சத்தம்போடுவாள்.

"புள்ள மொகத்தப் பாத்தீகளா. இப்படிப் பட்னி கெடந்து ஆடு மேச்சு ஆருக்குச் சம்பாரிக்கப்போறொம். காலாகாலத்துல சாப்

பிடாம புள்ள எதுக்காகும். பேசாம ஆட்ட வித்துட்டு அவன வீட்ல நிறுத்துங்க. பெழச்ச பெழப்பு போதும்."

ஆத்தா சொல்வாள்.

"அவன நேரத்தோட வரவேணாம்னு சொன்னதாரு. இல்ல தூக்குவாளியிலயாவது கொண்டுபோகணும். அதும் கேக்கிறதில்ல. நான் என்ன செய்யட்டும்."

தூக்குவாளியில் மதியக் கஞ்சி கொண்டுபோகப் பிடிக்கவில்லை. சாப்பிட்ட மாதிரி இருக்காது. முன்பெல்லாம் அண்ணனோடு உட்கார்ந்து கரைத்துக் குடித்து மரத்தடியில் கண் மூடிப் படுக்கும் ஞாபகம் தூக்குவாளியைத் திறந்தவுடன் வரும். சோறெடுத்து வாயில் வைத்தால் விக்கலாக வரும். தூக்குவாளிச் சோறு பிடிக்கவில்லை.

அண்ணனோடு சாப்பிடுவதே தனி. கஞ்சி அழகாகக் கரைப்பான். கொஞ்சம் தண்ணீர் விடுவான். கொஞ்சம் உப்பு சேர்ப்பான். பிறகு தண்ணீர் உப்பு. குடித்துப் பார்ப்பான். பருக்கையிருக்கிறதா என்று அள்ளிப் பார்ப்பான். ஆத்தா குழம்புக்கு மசால் கூட்டுவதைப் போலிருக்கும்.

ஆத்தா செய்கிற எந்தக் காரியத்திலும் ஒரு அழகிருக்கும். அவள் பருப்புக் கடைவதைப் பார்க்கணும். கடைவதிலிருந்து தாளிப் பதுவரை செய்கிற பக்குவத்தைப் பார்த்துக்கொண்டிருந்தால் பசி ரெம்ப எடுக்கும்.

கேப்பைக் களி கிண்டினால்கூட அவ்வளவு அழகாயிருக்கும். பானை மேல் கவைக்கம்பை வைத்துத் துடுப்பால் இழுத்துக் கிண்டும்போது பானைக்குள்ளிருந்து யாரோ நாக்கை நீட்டுவது போல் களி வந்து வந்து போகும். துடுப்பும் களியும் தொட்டுப் பிடித்து விளையாடும்.

மஞ்சணத்தி மரத்தை அண்ணாந்து பார்த்தான். அங்கங்கே பழங்கள் கறுப்பாகத் தொங்கின. சரி ஏறிவிட வேண்டியதுதான். பசிக்கு வேறு வழியில்லை. மெல்ல ஏறி பழங்களைப் பறித்தான். கிளைகளில் ஒட்டக வண்டுகள் நகர்ந்து திரிந்தன.

பழம் அவ்வளவு நன்றாயில்லை. ஒண்ணு ரெண்டு இனித்தன. முந்தி யாராவது தின்றால் "கோழிப்பிய்யத் தின்னவன்" என்று கேலி பண்ணுவதுண்டு. இன்றைக்கு யாரைக் கேலி செய்ய.

பழங்களைச் சுவைத்து முடித்து ஓடைக்குப் போய் வயிறு முட்டத் தண்ணீர் குடித்துத் திரும்பினான். பிறகும் பசித்தால் சுடுகாட்டுக் குழியில் பிரண்டைப் பழம் பிடுங்கி நமட்டலாம்.

லேசாகக் கிறக்கமாயிருந்தது. நிழலில் படுத்தால் உறக்கம் சொக்கிக்கொண்டு வரும். படுத்து உறங்க முடியாது. எச்சரிக்கையில்லாமல் உறங்குவது தப்பு. எக்குத்தப்பாக அகப்பட்டுக்கொண்டால் கேவலம். கைவசம் ஆயுதங்கள் இருந்தும் பிரயோசனமில்லை. அய்யா வருத்தப்படுவார். மாமா கோவித்துக்கொள்வார்.

கொஞ்சம் லாந்தினால் தோணாது. சுடுகாட்டுக்குள் எவ்வளவு நேரம் லாந்துவது. மிஞ்சிப் போனால் ஓலை கிழித்து மோதிரம் கடிகாரம் செய்யலாம். செய்து எதுக்கு. போட்டுவிட நாலஞ்சு சிறு பயல்கள் வேணும்.

அடுக்கடுக்காக நல்ல மோதிரம் செய்து போட்டால் தங்கச்சி அந்த விரலை மட்டும் நீட்டிக்கொண்டு திரிவாள். அத்தை கேட்டால் ஒரு சிலுப்பு.

“ஆத்தாடியம்மா அண்ணன் ஓலையில மோதரம் செஞ்சு போட்டதுக்கே இந்தப் பாடுன்னா தங்கத்துல போட்டா மனுசரக் கிட்ட அண்டவுடமாட்டா போலருக்கே. நான் பாதகத்தி ஒன்ன நம்பித்தான இருக்கென். தங்கச் சாமாங்கள ஒனக்குப் போட்டுட்டு ஒங்கிட்ட ஒரு வாயி கஞ்சி குடிக்கணும்னு நெனச்சிருக்கனே. ஊத்து வயாடியம்மா தாயி.”

அத்தை கழுத்திலிருந்த தங்கச் சாமான்களைக் கழட்டி ரெம்ப நாளாயிற்று. சானகி செத்துப்போன பிறகு நல்ல நாளைக்குக்கூடப் போடுவதில்லை. யாரும் கேட்க மாட்டார்கள். கேட்டால் அழத் தொடங்கிவிடுவாள். ஆத்தா சமாதானப்படுத்தி முடியாது.

அத்தை தக்கட்டிப் பழம்போல. முள்வைத்து லேசாகக் குத்தினாலே சாறு பிதுங்கிவிடும். யாரும் அவளிடம் சந்தோசமாகப் பேசுவார்கள். மனசு வருந்துகிறாற் போல் ஒரு வார்த்தை பேசிவிட்டால் கண்ணீர் சிந்துவாள். அவளிடம் பேச மாமாதான் லாயக்கு. சிரித்த முகமாகப் பேசுவார். அவள் வருத்தப்படுவது மாதிரி இருந்தால் கேலியடிப்பார்.

வீட்டில் மனசுக்குக் கஷ்டமான காரியங்களை அத்தைக்கு முன் பேசமாட்டார்கள். அவள் மனசு தாங்காது. சானகி செத்ததையும் அண்ணன் செத்ததையும் தாங்கிக்கொண்டதே பெரிய காரியம். வடக்கூரான் விசயத்தை எப்படித் தாங்கினாளோ.

மாமா அவள் மனத் திடத்தைப் பற்றிச் சொல்லிவிட்டுப் போகிறார். எப்படி இவ்வளவு தைரியம் வந்தது. தைரியமான அத்தையைப் பார்க்கணும் போலிருக்கிறது. அதுக்கு வழியில்லை.

சுடுகாட்டில் சாயந்தர வெயில் நுழைந்திருந்தது. சில இடங்களில் எலும்புத் துண்டுகள் வெள்ளையாக மினுங்கின. அடுத்த

ஊரையொட்டிக் கூடார வண்டிகள் சென்றுகொண்டிருந்தன. அரிவாளை எடுத்துக்கொண்டு வண்டிகளை வேடிக்கை பார்க்க இந்த ஓரம் வந்தான். ஊரில் ஏதாவது திருவிழாவாக இருக்கும். மாடுகளின் சலங்கைச் சத்தம் மட்டும் தூரத்தில் மெல்லியதாகக் குலுங்கியவண்ணமிருந்தது.

இருட்டிய பிறகு அய்யா வந்தார். சாப்பாட்டுக்கு ரெண்டு பொட்டணம் கொடுத்தார். தயிர்ச் சாதமும் வடையும். ஒரு பொட்டணத்தை அவர் அவசரமாகப் பிரித்துச் சாப்பிட்டார்.

"மதியம் நீங்க சாப்பிடலயா."

"சாப்பிட்டனே."

"எங்க."

"எங்கன்னு கெடக்கு. ஏதோவொரு எடத்துல."

"சாப்பிட்ட மாதிரி தெரியல."

"நீ மதியம் ரெம்பச் சாப்பிட்டயோ. இருக்கிறத வயித்துக்குச் சாப்பிடு."

"ரூவா காணிக்கிருச்சா."

"சாப்பாடு காணாதா."

"அதுக்குச் சொல்லல. செலவுக்குப் பணம் வச்சிருந்தீகளா இல்லையா."

"போன எடத்துல ஆட்டுத் தரகன் ஒருத்தன் தட்டுப்பட்டான். வாயாடிப் பெய. ஆளப் பாத்தா வாயக்குடுத்து முடியாது. வேற ஆவத்து வேணாம். அவனக் கடந்து கடையில சாப்பாடு வாங்கீட்டு வாறதுக்குள்ள நேரமாயிப்போச்சு. வேற கடைக்கு அலைய முடியல. இங்க நேரங்காலத்தோட வந்துசேர முடியாது. நீ ஒத்தியில இருக்க. மழ மேகமா இருக்குதே."

"மழ வருமோ."

"இருக்கிற கோப்புக்கு வரணும்."

சாப்பிட்டு முடித்து தனித்தனியே ஓடைக்குப் போய் தண்ணீர் குடித்துவந்தார்கள். வந்து ஆளுக்கொரு இடமாகப் படுக்கப் போய்விட்டார்கள்.

அடுத்த ஊரில் திருவிழாக் கொட்டுச் சத்தம் கேட்கத் தொடங்கியது. பம்பையின் கணங்கண உருட்டல் மேலோங்கியிருந்தது. அடிக்கிற தாளத்தைப் பார்த்தால் மாடசாமி கோயில் பொங்க

லாகத்தான் இருக்கணும். இந்த சணக்குத்தாளம் வேறு சாமிக்குப் போடமாட்டான். அப்படியானால் விடிய விடியக் கேட்கும்.

கிட்டத்தில் இருந்தால் வேடிக்கை பார்க்கலாம். உறக்கங் கெட்டுப் போகும். நாளைக்கு அலையணும். கொட்டுத் தாளத்தைக் கேட்டபடி உறங்கிவிடலாம். விடியுமுன் எழுந்து நடக்கணும். அய்யா பாவம். தினமும் அலைகிறார். கேட்டால் "ஒன்ன அலையச் சொல்லவா" என்று கேட்பார்.

இரு செடிகளுக்கு நடுவில் புல்மீது துண்டு விரித்துப் படுக்கச் சொகமாயிருந்தது. புல் குத்திய இடங்களில் மடக்கிவிட்ட பின் இன்னும் வசதி. மழை பெய்தால் கைக்குண்டை நனையவிடக் கூடாது.

அந்தப் பக்கம் பெரிய செடி மறைவில் அய்யா படுத்திருந்தார். அங்கிருந்து எந்தச் சத்தமும் வரவில்லை. நல்ல அலைச்சல். அசந்து உறங்கியிருப்பார்.

கொட்டுச்சத்தம் கேட்டபடியே இருந்தது. நேரம் ஆக ஆக அது தூரத்துக்குப் போய் உறக்கத்தில் கரைந்தது.

நடுச் சாமத்தில் திடுக்கிட்டு எழுந்தான். அந்த ஓரத்தில் சிலுக் சிலுக்கென்று தண்டைச் சத்தம். சற்றுத் தூரத்தில் ஒற்றை முரசின் விடாத உருட்டல். செடி மறைவில் நன்றாக ஒளிந்துகொண்டான். அய்யா தவந்துகொண்டே சுடுகாட்டின் வெளிப்புறம் செல்வதைக் கவனித்தான்.

தண்டைச் சத்தம் அருகில் வந்தது. இப்போது அடித்து உலுக் கியது போல் மணியொலியும் இடையில் "ஆய்" என்ற அரட்டலும்.

கூர்மையாகக் கவனித்தான். காது விரிந்ததுபோல் இருந்த குல்லாவை வெட்டித் திருப்பி மாடசாமி எலும்பு பொறுக்கித் திரிந்தது. எலும்பைக் கடிக்கும் சத்தத்துக்கிடையில் மீண்டும் அந்த "ஆய்." அதோடு வல்லயக் கம்பை ஓங்கி ஊன்றவும் மணிகள் உதிர்க்கும் கலகலப்பு.

ஒற்றை முரசின் லயம் பிசகவில்லை. அங்கே தீவட்டி வெளிச்ச மிருந்தது. மயானப் பூசை முடித்துத் திரும்பியபோது அவனுக்கு நிம்மதி. நல்ல வேளை அவன் பக்கம் வரவில்லை.

மாடசாமிக்கு இவ்வளவு தூரத்திலா மயானம். பக்கத்தில் வேறு இல்லை போலிருக்கிறது. எல்லாச் சாமியையும்விட மாடசாமி துடி யானது. சாமியாடுகிறவர் ஏப்புச்சாப்பான ஆளென்றால் தாங்காது. அவரையே விழுங்கிவிடும். ரெம்ப முரட்டுச் சாமி. பொங்கல் ஒரு தினுசாயிருக்கும்.

ரெண்டு நாளைக்குப் பேத்தனமாக ஆடணும். அந்த முழி வேறு எந்தச் சாமிக்கும் வராது. வருசத்துக்கொரு முறை தாங்காதென்று ரெண்டு வருசத்துக்கொரு தடவை கொண்டாடுவார்கள்.

பழையபடி வசதியாகப் படுத்துக்கொண்டான். அய்யாவும் வந்திருப்பார்.

கீழூரில் மாடசாமி கோயில் பொங்கல் பெரிசாக நடக்கும். ரெண்டு நாளும் தடபுடலாயிருக்கும். ஏழெட்டு ஊர்க்காரர்கள் சேர்ந்து வரிவைத்துக் கொண்டாடுவார்கள். ரெண்டு நாளும் அங்கேதான் கிடக்கை. ஊரிலிருந்து அங்கே ரேடியோ செட் போகும். ரேடியோ வோடு வண்டியில் ஏறிப்போய்விடுவான். ஆத்தாவுக்குத் தெரியாமல் போகணும். வாங்கித் தின்பதற்கு அத்தை துட்டுக் கொடுத்துவிடுவாள். சாமிக்கு முன்னால் நிற்கக் கூடாதென்று சொல்லியனுப்புவாள்.

சாமியாடுகிறவர்கள் சாயங்காலம் ஆலமரத்து மறைவில் உட்கார்ந்து மூக்கு முட்டச் சாராயம் குடிப்பார்கள். அப்புறம் கொட்டுத் தாளம் ஆட்டம் அதட்டல் எல்லாம் சுதாரிப்புத்தான். சுடலைமாடன் நொண்டிமாடன் தூண்டிமாடன் என்று பேருக்கு ஒரு சாமி யாடுவார்கள்.

சுடலைமாடன் ஆடி மயானப் பூசைக்குப் போய்த் திரும்பும் போது கைக்குழந்தைகூட அழக் கூடாது. அவ்வளவு அமைதி. வந்தவுடன் தலையில் தண்ணீர் ஊற்றுவார்கள். பலர் காலில் விழுந்து கும்பிடுவார்கள். சாமி வரம் சொல்லும்.

பிறகு சாமிக்கு ஊட்டுப்பூசை கொடுக்கணும். பன்றியை மார்பில் கிழித்துப் பச்சை மண் பரத்திய மேடையில் மல்லாக்கப் பிடித்து ரத்தத்தில் வாழைப் பழம் பொரிகடலை எல்லாம் பிசைந்து ரெடியாக இருக்கணும். வந்து ஊட்டில் விழுந்ததும் சத்தம் அடங்கிப்போகும். வாயால் எடுத்தே தின்று முடிக்கும்.

சூலாட்டின் வயிற்றைக் கிழித்து குட்டியை எடுத்துத் தொட்டிலில் போடுவார்கள். ஒரு பொம்பளைச் சாமி யாருக்கும் புரியாதபடி தாலாட்டுப் பாடும். வயிறு கிழித்த ஆட்டை நடக்க வைப்பார்கள். பெரிய இரும்புத் தூண்டிலில் கிடாய்க் கழுத்தைக் குத்தித் தொங்கவிட்டு தூண்டிமாடனுக்குக் காவு கொடுப்பார்கள்.

விடிந்ததும் நிறைய கிடாய் வெட்டு நடக்கும். முதல் கிடாய் அய்யா வெட்டணும். அவருக்கு அதொரு மரியாதை. இடுப்பில் துண்டை வரிந்து கட்டி பூசாரியிடம் திருநீறு வாங்கிப் பூசி வலது காலை முன்வைத்து அரிவாளை ஓங்கியபடி இருப்பார். தண்ணீர் ஊற்றிய கிடாய் தலையை உதறி முன்னால் ஒருவர் காட்டும் குழையைக் கடிக்கத் தலை நீட்டும். அந்த நேரம் பார்த்து கழுத்துப்

பொருத்தில் ஒரு போடு. கிடாய் துண்டுபட்டுத் துள்ளும். அப்புறம் பலர் வெட்டுவார்கள். கிடாய் துண்டு விழுந்துவிட்டால் மறு கொடைக்கும் நேர்ந்துவிடணும். சேவல்களை வெட்டி வெட்டி எறிவார்கள். கண்டபடி துள்ளும்.

கிடாய் வெட்டில் அய்யாவுக்கும் கீழூர்த் தரகருக்கும் கொஞ்சம் மனஸ்தாபம் உண்டு. அடுத்த ஊரிலிருந்து வந்து முதல் கிடாய் எப்படி வெட்டப்போயிற்று என்று தரகருக்குப் பொசுபொசுப்பு. ரெண்டு பேரும் சாராயம் குடித்தால் எல்லாம் மறந்துவிடும். அய்யாவுக்குக் கீழூரில் ரெம்பப் பேர் நல்ல பழக்கம். அதனால் சச்சரவு வருவதில்லை.

கறி சாப்பாடு முடிந்து ராத்திரிக்கு வில்லுப் பாட்டு நடக்கும். சுடலைமாடன் கதை பாடுவார்கள். பாடும்போது நடுவில் மாடசாமி ஆடிப் போய் அரட்டும். உடனே சாமி மீது தனியாகப் பாடணும்.

“தூக்கிவைக்கும் கால்களுக்கு ஏ சுடலை மாடா

துத்திப்பூச் சல்லடமாம் வா சுடலைக் கண்ணு

எடுத்துவைக்கும் கால்களுக்கு ஏ சுடலை மாடா

எருக்கலம்பூச் சல்லடமாம் வா சுடலைக் கண்ணு

பச்சைமண்ணை மேல்பரத்தி ஏ சுடலை மாடா

சுட்டபிணம் நான்தருவேன் வா சுடலைக் கண்ணு.’’

பாட்டைக் கேட்கக் கேட்க சாமி குதியாளம் போடும். தலையாட்டி ரசித்து ஓய்ந்து உட்காரும். மறுபடியும் சுடலை மாடன் கதை தொடரும்.

பயந்த மனசுள்ளவர்கள் வில்லுப் பாட்டுக்கு வர முடியாது. வந்தால் தொலைந்தார்கள். ஒரு தடவை சாமி போட்ட அரட்ட லுக்குப் பயந்து நடுச் சாமத்தில் வில்லைக் கழட்டிக்கொண்டு கிளம்பிவிட்டார்கள். அதே போல் முரசுக்காரன். பழக்கமில்லாதவன் வந்தால் அடிவாங்கி முடியாது.

மாடசாமி கோயில் கொடையை மிஞ்ச முடியாது எதும். கீழூரில் போன வருசம் கொண்டாடினார்கள். இனி அடுத்த வருசம் நடக்கும்.

லேசாகத் தூற ஆரம்பித்திருந்தது. உறக்கத்தைக் கெடுக்கும் தூறல். அய்யா அவன் பக்கம் வந்தார்.

“சாமி போயாச்சா.”

“எப்பயோ போயிருச்சு.”

“நீ பயப்படலயே.”

“ஏன் பயப்படணும். சலங்கச் சத்தம் கேட்டதும் புரிஞ்சுக் கிட்டென். அப்படியே செடி மறவுல பம்மிக்கிட்டென்.”

“நான் இருந்தாத் தெரிஞ்சிரும்னு நழுவீட்டென்.”

“கவனிச்செென்.”

“சாமிய இம்புட்டுத் தூரம் அலைய வுடுறாங்களே.”

“அதுக்கென்ன செய்றது. சாமிக்காக வேண்டி மந்தையில மயானம் வைக்கமுடியுமா. ஒங்களுக்குச் சரியா ஒறக்கமில்ல இண்ணைக்கு.”

“மழ வேற படுக்கவுடாது போலருக்கு.”

“முணுமுணுத்துட்ருந்தா என்ன செய்றது.”

“வா மஞ்சணத்தி மரத்துக்குப் போவொம். அங்கயாச்சும் கொஞ்சம் தாங்கும். சாமாங்கள நனைய வுடாம எடுத்துக்கோ.”

மஞ்சணத்திக்கடியில் உட்காரத் தோதாயிருந்தது. அவ்வளவாகத் தூறல் தெரியவில்லை. குளிர் உடம்பில் மெல்லப் பரவியது.

“ரெம்பக் குளுந்தா துண்டத் தலையில கெட்டிக்கோ. துண்டு எங்க.”

“சாமாங்களச் சுருட்டி வச்செென். குளுரல.”

“இண்ணைக்கிருந்த புழுக்கத்துக்கு நெனச்செென் மழ வரும்னு.”

“பகல்ல ரெம்ப அலஞ்சீகளா.”

“அலச்சலென்ன ஆட்டு யேவாரி ஒருத்தனத் தேடிப் போனென். அவன் என்னடான்னா வக்கறாமாதிரி நம்மளவிட அலஞ்சவனா இருக்கான். கண்டுபுடிச்சு ஒரு வழிபண்ணீட்டு வந்தென்.”

“ஆட்டக் குடுத்துறலாம்னு பாக்கீகளா.”

“நம்ம ரெண்டு பேரும் இப்படி அலையிறொம். ஆத்தாவும் இல்ல. மாமா அலையிறாரு. ஆடுகளக் கவனிக்க வேற ஆளு இல்லையே.”

“மேயிதா வீட்ல கெடக்குதா.”

“கூட்டாட்டுக்காரன் பத்துறான் போலருக்கு. அவனே அடச்சுக் கிறானாம். என்னருந்தாலும் தனதாளு நின்னு கவனிக்கிறது போலருக்குமா.”

“எல்லாம் குட்டிகளா இருக்கு. இப்படி வித்தாக் காசாகாது. கொஞ்ச நாளுப் போனா நல்லது.”

"எனக்கும் அப்படித்தான் தோணுது. ஆனா நெலம இப்படி யிருக்கே. நம்ம ஆசரானா கேசுக்குச் செலவாகும். அவசரச் செலவுக்குக்கூடக் கையில காசில்லாம இருக்க முடியுமா. மாமாவே செலவழிச்சா நல்லாருக்காது. எல்லாம் யோசிச்சு இந்த முடிவுக்கு வந்தென். என்ன சொல்ற."

"ஓங்க யோசனப்படி செய்யிங்க."

"நாளைக்கு ஆட்டப் பாத்து வெல பேசீறலாம்னு இருக்கென்."

"யேவாரிக்கு வெசயந் தெரியுமா."

"சொல்லல."

"ஆட்டக் காட்டுக்குப் பத்தீட்டு வரச்சொல்லிப் பேசி முடிச் சிருங்க."

"போயி ஏற்பாடு பண்ணணும். மாமா சத்தம் போடுவாரு."

"கேட்டுக்கிற வேண்டியதுதான்."

"நம்ம ஆசரானா வெளிய வுடுறானோ என்னமோ. அந்த செக்சன் இந்த செக்சன்னு கிட்டி போட்டு மாட்டீருவான். லேசுக் குள்ள சாமீன் கெடைக்காது. இந்தச் சங்கடமெல்லாம் இருக்கு."

"ஆமாமா."

"ஊருல என்ன பேசிக்கிறாங்களோ."

"என்ன பேசப் போறாங்க அவங்களுக்குத் தெரியாதா."

"நீ நெனைக்கப்பா. எல்லாரும் அவனக் கொன்னது ஞாயம்னு பேசுவானா. எஞ்செவனேன்னு ஒதுங்கீட்டுப் போறவன் எத்தன பேரு. ஊருல ஆயிரம் அநியாயம் நடந்தாலும் தொந்தரவு எதுக் குன்னு நழுவிக்கிறவந்தான நெறைய இருக்கான்."

"இண்ணைக்கு ஒருத்தனுக்கு வாறது நாளைக்கு நமக்குத்தான்னு ஒறச்சாத்தான் போச்சு."

"எடுத்துச் சொல்றதுக்கு ஆளில்ல. சொன்னா நீ பெரியவனாக்கும் ஒஞ் சோலியப் பாருன்னுட்டுப் போறான். மாமா சொல்றதப் பாத்தா இந்தக் காரியத்துக்கு எல்லாம் ஒத்து வருவாங்கன்னு தோணுது. கொலையண்ணைக்கு ஒத்துமையா இருந்தாங்க."

"நாளைக்கு எங்க தங்கலு."

"இந்தப் பக்கம் வேணாம். நீ காலையில எந்திரிச்சதும் நேர சித்தி ஊருக்கு நடைய வுடு. நாலஞ்சு ஊரு தாண்டிப் போயி காரு வாறதப் பாத்து ஏறிப் போயிரு. நான் நம்ம ஊருக்குப் போறென்."

"நம்ம சந்திக்கிறது எங்க."

"இண்ணைக்கு வாற வழியில ஒரு எடம் பாத்தென். நல்ல எடம். படந்த ஆலமரம் இருக்கு. பகல்ல பாத்தா நல்லாத் தெரியும். அதுக்குக் கீழ பெரிய அய்யங் கோயிலு. சுத்தி கோட்டச் சொவரு. தங்குறதுக்குத் தோதாருக்கும். இண்ணைக்கு வெள்ளியாச்சா. நாளைக்கு சித்தி வீட்லயோ பக்கத்துலயோ தங்கிக்கோ. மறு நாளு ஞாயத்துக் கெழம கோயிலுக்கு வந்து சேந்துரு. ஆரு முந்துனாலும் அங்க இருக்கணும். சரிதானா."

"சரி."

அய்யா மெதுவாக இருமினார். பீடி பற்றவைத்தார். மழைக் கனம் இருட்டை இன்னும் அதிகப்படுத்தியிருந்தது.

நாளைக்கு ஆத்தாவைப் பார்க்கலாம். தங்கச்சியைத் தூக்கலாம். மூஞ்சியை உர்ரென்று வைத்துக்கொள்வாள். ஒரு நாளைக்குக்கூட பார்க்காமல் இருக்க முடியாது. தினமும் கூட்டிக்கொண்டு போய் கடையில் பண்டம் வாங்கிப் போடணும். வாங்கிப் போட்டால் ஆத்தாவுக்குத் தொந்தரவு விட்டது. இல்லையென்றால் காலுக்குள் ளேயே கட்டை போட்டது போல் கிடப்பாள். அய்யா பேச்செல்லாம் செல்லாது. அவர் அரட்டல் மற்றவர்களிடம்தான். முகத்தை ஒரு சிலுப்புச் சிலுப்பினால் அவர் அசந்துபோவார்.

"அப்பாடி இது நம்மள அரட்டிப்புரும் போலருக்கு. அடேய் செலம்பரம் நீதான் வாப்பா தங்கச்சிக்காரியச் சமாதானப்படுத்த."

சில சமயம் அய்யா தின்பண்டம் வாங்கிக் கொடுத்தால்கூட வாங்கமாட்டாள். அத்தை மூலமாகக் கொடுத்தனுப்பி கைக்கு வரும்.

ஆத்தா எப்படித்தான் கவனித்துக்கொள்கிறாளோ. ஊர் விட்டு ஊர் போன இடத்தில் கேட்ட பண்டம் வாங்கித்தர முடியுமா. கிராமமாயிற்றா. குடும்பத்தில் எப்போதும் ஆத்தாவுக்குத்தான் தொல்லை ரெம்ப. வடக்கூரானை வெட்டிய கையோடு ஸ்டேச னுக்குள் நடந்திருந்தால் அவள் அலைய வேணாம்.

மழை வலுக்கவில்லை. வலுத்தால் சங்கடம். ஒண்ட இடம் கிடையாது. நேரங்கெட்ட நேரத்தில் அலைந்து இடம் பார்க்கணுமெ. கோடை மழை வந்தால் சும்மா விடாது. காற்றும் மழையுமாகக் கண்மூக்குத் தெரியாமல் அடிக்கும். சில சமயம் சூறாவளி கிளம்பும்.

அய்யா கந்தூங்கியது போல் தலைகுனிந்திருந்தார்.

"நீங்க ரெண்டு நாளா நல்லாவே ஒறங்கல."

"ஒனக்கெப்படித் தெரியும் நான் ஒறங்கலன்னு."

“நீங்கதான என்ன வந்து எழுப்புறீக.”

“நான் எழுப்பயில நீ ஒறங்கின மாதிரி தெரியலயே.”

“ஒறங்கத்தான் செய்றென்.”

“நல்லா ஒறங்கணும்ப்பா. என்ன குடிமுழுகியா போச்சு. தொடந்து ரெண்டு நாளைக்கு ஒறங்கலன்னா மனுசனுக்கு என்னமோ போல ருக்கும். முழிப்பு இருக்க வேண்டியதுதான். எப்படிப்பட்ட முழிப்பு. அருவங் கேட்டா ஒறங்கும்போதே எந்திரிக்கணும். அந்த எச்சரிக்க இருந்தாப் போதும். அதில்லாம விடிய விடிய பொட்னு மூடாம இருந்தா ஒடம்பு என்னத்துக்காகும். ஒனக்குச் சரியா ஒறக்கங் குடுக்கலயா.”

“அதெல்லாமில்ல.”

“இந்தப் பெயலக் கொல்லப்போயி இவ்வளவும் அனுபவிக்க வேண்டியிருக்கு. அவன எங்கிட்டத்தான வுட்ருக்கணும். நீ முந்திக் கிட்டயே.”

“அவன் உசிரோட இருக்கையில மட்டும் ஒறங்கீட்டா கெடந்தீக. எனக்கு அது வேற வருத்தம்.”

“முழிச்சு முழிச்சு என்னத்தக் கிழிச்சென். வீணாப் போச்சு. நாளைக்கு ஊருக்குள்ள போயி ஆரு மூஞ்சில முழிப்பென். எல்லாம் வாய்ச் சகடாலுன்னு காறித் துப்புவான்.”

“எவன் சொல்லுவான். அவங்க மட்டும் பெரிசா என்ன செஞ் சிட்டாங்க. அடுத்தவனுக்கு ஒண்ணு வரயில மத்தவன் வேட்டிய இறுக்கிக் கெட்டீட்டுச் சும்மாதான இருந்தான்.”

“அது சரி. கேக்கிறதுக்கு எவனுக்கு யோக்கியத இருக்கு. இவங்கள நம்பியா இருந்தொம். எதிரிக்கெதிரி எம்புள்ளதான் போட்டுத் தீட்டீருக்கான்னு மூஞ்சியில அறஞ்ச மாதிரி சொல்லுவென். அண் ணனக் கொன்னது அந்தத் தடிப்பெயன்னு தெரிஞ்சப் பெறகுகூட தொணைக்கு ஒருத்தன் வரலயே.”

“அவனுக்கென்ன ஆத்தரமா.”

“அதச் சொல்லு. என்னருந்தாலும் ஒண்ணுக்கொண்ணு மனசு பதைக்கணும். எத்தன காரியத்துக்கு நம்ம முன்னால போயி நிக்கொம். அது எதுக்கு சின்னிங் பேக்டாரியிலருந்து எத்தன பெயகள திடீர்னு வெலக்குனான். அந்த ரோசம் வேணாமா. இண்ணைக்கு நம்ம கஸ்டப்பட்டா நாளைக்கு நம்ம புள்ளைகளாச்சும் தொந்தர வில்லாமப் பெழைக்குமேங்கிற யோசன வேணும். நொங்கு திங்கிற துக்கு ஆசப்பட்டா பனைய நட்டிவச்சான். அதப் போல...”

"எல்லாம் பட்டுப் பட்டுத்தான் தெரியும்."

"ஏற்கெனவே பட்டது காணாதா. அண்ணைக்குப் பட்டப்பகல்ல போலீசுக்காரங்கள வச்சுக்கிட்டே குருவியப் போலச் சுட்டுத் தள்ளுனானே அது தெரியவேணாமா. அந்த எடத்துல இவன் நின்னுருந்தா வேலக்காரனுக்கு வந்த கதிதானப்பா. பட்டுப்பட்டுத் தெரியணும்னா கடசி வரைக்கும் பட்டுட்ருக்க வேண்டியதுதான். முந்திக்கு இப்ப எவ்வளவோ தாவல. வடக்கூரானக் கொன்னது தப்புன்னு ஆரும் சொல்லலயே. அவ்வளவு பேரும் ஆயுதமும் கையுமா வந்து நின்னானே."

"ரெம்ப ஒத்துமையா இருந்தாங்க. நான் ஊருணியிலருந்து போயிப் பாத்ததும் ஆச்சரியமாப் போச்சு. வடக்கூருலருந்து ஆளுக வந்திருந்தாங்கன்னா எத்தன சாஞ்சிருக்கும்னு தெரியாது."

"அந்த ஒத்துமதான் வேணும். ஒத்துமையா இருந்திருந்தா இதுக்குள்ள சின்னிங் பேக்டரிக்காரன கசாப்புப் போட்ருக்கலாம். அவனுக்கு ஆயுதம் பணம். அது போயி போலீஸ்காரன் லத்தியில தொத்திக்கிட்டதும் கொறளிவித்த மாதிரி குதியாளம் போடுது. நம்ம என்ன வச்சிருக்கொம். அவனுக்கு ஆயுதம் பையிலன்னா நமக்குக் கையில. வேற வழியே இல்ல."

அய்யாவுக்குக் கோவம் ஏறிக்கொண்டிருந்தது. பேச முடியாமல் திணறினார். மழை ஓய்ந்த பாடில்லை. மஞ்சணத்தி இலைகளிலிருந்து நீர்த்துளிகள் சொட்ட ஆரம்பித்தன.

"எல்லாம் இனி முழிச்சுக்கிருவாங்க."

"ஊருக்குள்ள இருக்கிற நெலவரத்த மாமா சொல்றதப் பாத்தா அப்படித்தான் தெரியிது. இருக்கட்டும். அப்படி இருந்தாத்தான் என்னத்தவும் துணிஞ்சு செய்யலாம்."

"மழ வுட்டுக்கிறாது போலருக்கு."

"அதான. விடியப்போற நேரம் புடிச்சுக்கிட்டுச் சங்கடப் படுத்துதே."

"கொஞ்ச நேரத்துல விடிஞ்சிரும். மழையப் பாத்தா முடியாது. கௌம்பீருவொம். விடிஞ்ச பெறகு போறது நல்லாருக்காது."

"நான் கௌம்புறதப் பத்தி ஒண்ணுமில்ல. பழக்கப்பட்ட பாத. பொழுது கௌம்புறதுக்குள்ள போயிச் சேந்துருவென். ஒன்னப் பத்தித்தான் யோசிக்கென். இருட்டுக்குள்ள வழி தெரியாமப் போச்சுன்னா என்ன செய்றது."

“எனக்கு வழி தெரியும். லாரி வாறதப் பாத்து ரோட்டக் கண்டு புடிச்சு ரோட்டுக்குக் கீழயே போயி முக்கு ரோட்டப் புடிச்சு எட வெளியில காரு கெடச்சா ஏறிக்கிருவென். முக்கு ரோடு நல்லாத் தெரியும்.”

“அப்பச் சரி. கௌம்புவொம். சாமாங்கள எடுத்துக்கோ.”

“நீங்க ஊருக்குப் போயி அத்தையப் பாத்துத் தைரியம் சொல்லீட்டு வாங்க. நாயி எப்படியிருக்கோ. அதக் கவனிச்சுக்கிறச் சொல்லுங்க.”

“பயப்படாமப் போகணும். ஆளு தட்டுப்பட்டா பதட்ட மில்லாம நடக்கணும். பேச்சுக்குடுத்தா சாதாரணமாப் பேசணும். தொளச்சுக் கேட்டா தப்பிப் போன ஆட்டத் தேடிப் போறன்னு சொல்லீரு. படக்னு கோவப்படக் கூடாது. கோவத்துல ஆயுதங்கள எடுத்துறக் கூடாது. சமய சந்தர்ப்பமில்லாம எடுக்கிறது தப்பு. காருல போகையில சாமாங்களப் பத்தரமா வச்சுக்கிறணும். நாளக்கழிச்சு சொன்ன எடத்துக்கு வந்துறணும். முக்கு ரோட்டு வரைக்கும் நான் கூட வரட்டுமா.”

“வேணாம் வேணாம்.”

“அப்பப் போயிட்டு வா.”

சுடுகாட்டிலிருந்து அய்யா பிந்திக் கிளம்பிச்சென்றார். மழைத் தூறலுடன் ஈர மண்ணில் நடக்கக் கஷ்டமாயிருந்தாலும் ஆத்தா வையும் தங்கச்சியையும் பார்க்கப்போகும் சந்தோசமே அவனுக்கு அதிகமாயிருந்தது.

6

ரோட்டுக்குக் கீழே நடக்கச் சில இடங்கள் தோதுப்படவில்லை. வெள்ளாமைகளைப் பாதுகாக்க முள்வேலி போட்டிருந்தார்கள். இருட்டு நேரம் மிதித்தால் அவ்வளவுதான். ஈரக்காலுக்குள் முள் இறங்க வாழைப்பழம் போல் இருக்கும். தைத்தால் வலி தாங்காது. நடக்க முடியாது.

ரோட்டு மேலேறி மரங்களோரம் நடந்தான். லாரிகள் வரும் போது மரங்களில் ஒண்டிக்கொண்டான். சில ஊர்கள் ரோட்டை யொட்டி இருந்தன. அப்படி இடங்களில் ஊர்களைச் சுற்றி மீண்டும் ரோட்டில் நடையைத் தொடர்ந்தான்.

ஒருவாறு மழை வெறித்தது. கிழக்கே நிலம் வெளுக்கத் தொடங்கியது.

ஏழெட்டு ஊர்களைக் கடந்திருந்தான். முக்கு ரோடு இன்னும் கொஞ்ச தூரமே இருந்தது.

இன்னேரம் தங்கச்சி முழித்திருப்பாள். எழுந்ததும் ஏதாவது திங்கக் கொடுக்கணும். அதுவரை ஆத்தாவின் காலைக் கட்டிக்கொண்டே திரிவாள். ஆத்தாவுக்கு ஒரு வேலையும் ஓடாது. சலித்துக்கொள்வாள்.

"செலம்பரம் இங்க பாரு, குட்டிப்பூன மொனங்கீட்டே அலையிது. என்னன்னு கேளு."

அவளுக்கு முகங்கழுவி தூக்கிச் சென்று கடையில் பண்டம் வாங்கித் தரணும். பிறகு அவள் இருக்கிற இடம் தெரியாது. அய்யா பார்த்துவிட்டால் சொல்வார்.

"இது ராத்திரி முழுக்க இந்த எடத்துலேயே கொறிச்சிட்ருக்கு போலருக்கே. ஆரும் கவனிக்கலயா. இப்படி அரச்சா பல்லு தேஞ்சு போகும்மா."

ஒரு பெரிய கொறிப்பு தங்கச்சியின் பதிலாக இருக்கும்.

மழை நாட்களில் தெப்பத்துக் கோபுரத்தைப் பார்க்கணும். சுற்றிலும் புறாக்கள் வெயிலுக்காகக் காத்து நிற்கும். சிக்கெடுத்துச் சீராட்டி உதறிக் கிளம்புமென்று பார்த்தால் பிறகும் உம்மென்றிருக்கும். வெயில் வர நேரமாகும். மலையைச் சூடேற்றி கோபுரத்துக்கு வரும்போது சிறகடித்துக் கிளம்பும்.

வெயிலேறும் சமயம் ஊருணிப் பக்கமிருந்து மலையை அண்ணாந்து பார்த்தால் சந்தோசமாயிருக்கும். கரண்டுத் தண்ணீர் போல் பாயும் வெயிலில் குளித்து அழுக்குத் தண்ணீரைச் செடிகளும் மரங்களும் நிழலாகச் சிந்தும். வழுக்கைப் பாறைகளில் நீளப் படுத்திருக்கும் பீடி விளம்பரங்கள் வெயிலில் நெளிர்விட்டு எழுந்திருக்குமுன் கழுத்து வலிக்கும்.

பொழுது கிளம்ப முக்கு ரோட்டுக்கு வந்துவிட்டான். வேட்டி சட்டையின் ஈரம் இப்போது தெரிந்தது. ஈரத் துணிக்குள் அரி வாளைத் தொங்கவிட்டுக்கொண்டு வரக் கஷ்டமாகப் போயிற்று. சில சமயம் தொடையிலும் துணியிலும் ஒட்டிக்கொண்டு இடைஞ் சலாயிருந்தது. ஓடுவதாயிருந்தால் அரிவாளை வெளியில் எடுத்துக் கொண்டுதான் ஓடணும்.

குண்டுகள் சுற்றியிருந்த துண்டை அவுத்துத் தலை துவட்டினான். அதைக் கொண்டுவரப் பெரும்பாடு. தூறல் விழும் திசைக்கு எதிராக உடம்பையொட்டி மறைத்துக்கொள்ள வேண்டியிருந்தது. காற்று சுழட்டியபோது நின்று பக்கத்தில் பட்டும் படாமல் இடுக்கிக்கொண்டான்.

முக்கு ரோட்டில் காருக்காகக் காத்திருக்கவில்லை. தள்ளிப் போய் கிடங்கில் முகங்கழுவினான். காரில் ஏறிப்போகத் தோன்றவில்லை. மெல்ல நடந்து போனால் துணிகள் காய்ந்து விடும். நல்லதுதான்.

இனியும் மழைபிடித்துக்கொண்டால் என்ன செய்வது. மழை பெய்வதற்கான அறிகுறியில்லை. மேகம் கால்வாங்கி வெயிலுக்கு வானம் துடைத்துக்கிடந்தது.

காரில் போனால் சீக்கிரம் ஆத்தாவையும் தங்கச்சியையும் பார்க்கலாம். ஆத்தா சோறு பொங்கித் தருவாள். வயிறு நிறையச் சாப்பிட்டுவிட்டு ரெம்ப நேரம் உறங்கலாம். உறங்கினால் ஆத்தா கவனித்துக்கொள்வாள்.

இடையில் கார் வந்தது. அவசரமாக வேட்டியைக் கட்டிக் கொண்டு கை நீட்டினான்.

ஊர் போய்ச் சேரும்போது சனங்கள் வேலைகளுக்குக் கிளம்பிக் கொண்டிருந்தார்கள். யாரும் கவனிக்காதபடி சாதாரணமாக

நடந்தான். நேரே ஊருக்குள் போகவில்லை.

பஸ் நிற்குமிடத்தில் காப்பிக் கடை இருந்தது. தங்கச்சிக்கு ரெண்டு வடை வாங்கிக்கொள்ளலாம் என்றால் அங்கே நிறைய பேர் கூடியிருந்தார்கள்.

சித்திக்குக் கைக்குழந்தையுண்டு. பிறந்ததிலிருந்து பார்க்கவில்லை. நல்ல பயல் என்று ஆத்தா அடிக்கடி சொல்வாள். சின்னையா எங்கே போயிருக்கிறாரோ.

ஒரு ஒத்தையடிப் பாதையில் நடந்தான். அது ஊரைவிட்டுத் தள்ளி தோட்டங்களுக்குப் போனது. பூசரமரத் தோட்டத்தில் ஆணும் பெண்ணும் நடமாடினார்கள். நின்று கூர்மையாக அடையாளம் பார்த்தான். சித்தியும் சின்னையாவுந்தான். சித்தி குனிந்த தலை ஏறிட்டுப் பார்க்கவில்லை.

பூசரமரத்துக்கு வந்து மறைவில் நின்று மறுபடியும் அடையாளம் பார்த்துவிட்டுத் தோட்டத்துக்குள் நடந்தான். தூரத்தில் வரும்போதே சின்னையா கண்டுபிடித்துவிட்டார். சித்தியிடம் சொல்லவில்லை போலிருக்கிறது. போய் எதிரில் நிற்கும்வரை அவள் பார்க்கவில்லை. ஏறிட்டுப் பார்த்தவள் ஆச்சரியத்தில் எதுவும் பேசாமல் நின்றாள். பிறகு சிரித்தாள். சின்னையாவைப் பார்த்தாள்.

"அடக் கடவுளே புள்ள இப்படி அலஞ்சு வருதே."

சித்தி கிட்ட வந்து தலையில் விரல்களால் சுடக்குமுறித்தாள். சின்னையா எதுவும் பேசாமல் வீட்டுக்கு நடந்தார்.

சித்தி அவனைக் கூப்பிட்டு பெருவாய்க்கால் வரப்பில் உட்கார்ந்தாள். தோட்டத்தில் எங்கும் கடலைச் செடி பூத்துக் கிடந்தது. ஒரே மஞ்சள். பாத்திகளும் வாய்க்கால்களும் மஞ்சளைக் கத்தரித்துக் கட்டங்கட்டியிருந்தன.

சித்தி கேட்டாள்.

"தனியா வாறயா அய்யா கூடவந்தாரா."

"ஊருக்குப் போயிருக்காரு அய்யா. நான் மட்டுந்தான் வாறென்."

"மழையில நனஞ்சிருக்கயே நல்லா."

"கொஞ்சந்தான். ஒணந்துபோச்சு."

சித்தி அவன் தலைமுடியைக் கிண்டிவிட்டாள். தட்டிவிட்டு உலர்த்தினாள்.

"நல்லா ஒணந்துச்சு. இப்படி நனஞ்சா ஒடம்பு என்னத்துக்காகும்... நாசமாப்போற பெய உசிரோட இருக்கும்போதும் குடும்பத்தக்

கொலச்சான். செத்த பெறகும் குடும்பம் அலையிது.”

“ஆத்தா வரலயா.”

“அவ எதுக்கு இங்க. வீட்ல தங்கச்சியவும் தம்பியவும் பாத்துட்ருக்கா.”

“தம்பி நல்லாருக்கானா. பெறந்ததுலருந்து பாக்கல.”

சித்தி கண்ணீர் விட்டாள்.

“அவன் நல்லாத்தான் இருக்கான்.”

“அவன வீட்ல போட்டுட்டு ஏன் வரணும். நீ பாத்துட்டு ஆத்தாவ வரச்சொல்லலாமில்ல.”

சித்திக்கு ரெம்ப நாட்களுக்குப் பிறகு குழந்தை தங்கியிருக்கிறது. கலியாணம் முடித்து நாளாயிற்று. குழந்தைகள் பிறந்து தங்கவில்லை. இந்தக் குழந்தைக்கு ஆத்தா வந்து பேறுகாலம் பார்த்துவிட்டுப் போனாள்.

முந்தியெல்லாம் ஊருக்கு வந்து மாமா வீட்டில் பெற்றெடுத்துப் போவாள். சந்தோசமாகக் குழந்தைக்குச் சேனைப் பால் கொடுப்பாள். அத்தையும் ஆத்தாவும் நன்றாகக் கவனிப்பார்கள்.

அந்தச் சமயம் அருவமில்லாமல் சித்தியிடம் போய் பேறு கால மருந்தில் ஒரு உருண்டை எடுத்துக்கொண்டு வந்துவிடுவான். மருந்தில் ஒரு மாதிரி இனிப்பு கசப்பு உறைப்பு எல்லாம் உண்டு. மாவுபோல் நல்ல கருப்பட்டி கிடைக்கும். சோற்றில் நெத்திலிக் குழம்பு ஊற்றி நல்லெண்ணெய் விட்டுக் கொடுப்பாள் அத்தை. அந்த ருசியே தனி.

சித்தியைச் சந்தோசமாக அனுப்பிவைப்பார்கள். போன கொஞ்ச நாளில் குழந்தை இறந்துவிட்டதாக ஆள் வரும்.

இந்தத் தடவை மாமாதான் வரவேணாம் என்று சொல்லி விட்டார். ஆத்தா வந்து பேறுகாலம் பார்த்து ஒரு மாசம் இருந்துவிட்டுத் திரும்பினாள். தங்கச்சியை அத்தையே வைத்துக் கொண்டாள்.

ஆத்தாவுக்கு நல்ல சீலை எடுத்துக் கொடுத்தார்கள். மாமாவும் அத்தையும் குழந்தையைப் பார்க்க வந்தார்கள். அய்யா வந்து சட்டை எடுத்துப் போட்டார். குழந்தை தங்கிக்கொண்டதில் எல்லாருக்கும் சந்தோசம்.

ஆத்தா வரும்வரை மாமா வீட்டில் சாப்பாடு தனியாகப் பொங்கி வைக்கும்படி அத்தையிடம் சொன்னதுக்கு ரெம்பக் கோவித்துக் கொண்டாள். அப்புறம் கட்டாயப்படுத்தினால் அழுவாள்.

வீட்டுக்குப் போயிருந்த சின்னையா திரும்பினார். சித்தி விசாரித்தாள்.

“அந்தப் பெயக யாரும் இல்லையா.”

“வெளிய போயிட்டாங்க. ஏன் அவங்க இருந்தா என்ன செஞ் சிருவாங்க.”

“ஒண்ணுல்லன்னா ஒண்ணு குசும்பு சொல்லுவான்.”

“இனிமே சொல்லச் சொல்லு பாப்பொம். நேத்து எல்லாரும் போட்ட போட்ல மூஞ்சி செத்துப்போச்சு.”

“வாங்க போவொம்.”

வீட்டுக்கு வரும்போது தங்கச்சி விளையாடிக்கொண்டிருந்தாள். ஆத்தா தம்பி அழுகையை அமர்த்தியபடி இருந்தாள். அவன் திருணையோரம் அரிவாளையும் குண்டுகளையும் வைத்துவிட்டு அவசரமாக வந்து தம்பியை எடுத்தான். தங்கச்சி காலைக் கட்டிக் கொண்டாள்.

ஆத்தா சிரித்த முகமாக இருந்தாள். வருத்தப்பட்டது மாதிரி இல்லை. அவளுக்கு அப்படியொரு குணம். எவ்வளவு வருத்த மானாலும் பூட்டி வைத்த மாதிரி மனசில் போட்டுக்கொள்வாள்.

சின்னையா வெளியே கவனித்தபடி வாசலில் நின்றிருந்தார்.

தம்பி அழகாயிருந்தான். புருவக்கட்டும் பெரிய கண்ணும் எடுப்பாயிருந்தது. ரெண்டு பல் முளைக்க அரணையில் திருணை போட்டிருந்தது. எதையாவது அதில் வைத்து கீச்கீச்சென்று சத்தம் வரக் கடித்தான்.

என்ன இருந்தாலும் தங்கச்சி வேற்றுமுகப்பட்டிருந்தாள். சித்தியும் சின்னையாவும் குறைவாகச் செய்யமாட்டார்கள். ஊருக்கு வந்தால் நிறைய பண்டங்கள் வாங்கி வருவார்கள். தங்கச்சி தின்று முடியாது.

சித்தி சொன்னாள்.

“தங்கச்சி அய்யா இல்லன்னாக்கூடச் சும்மா இருந்துக்கிருவா போலருக்கு. செலம்பரம் இல்லன்னா முடியாது. நாங்களும் என் னென்னமோ வாங்கிப் போட்டுக் கவனிக்கத்தான் செய்றொம். ஆளு இண்ணைக்கு இருக்கிற மொகக் களையில்லையே. மனசுக்குள் நெனச்சுக்கிட்டே இருந்துருக்காளே.”

ஆத்தா மெதுவாகப் பேசினாள்.

“அண்ணன் கிட்டயே இருந்து முடியுமா. அலையணும்னு இருந்தா அலஞ்சுதான ஆகணும்... அய்யா ஊருக்குப் போயிருக்காரா.”

அவன் தலையசைத்தான்.

“மாமாவப் பாத்து மத்தவங்களக் கலந்து பேசீட்டு வரணும்னு போயிருக்காரு.”

“இனிமே மத்தவங்களக் கலந்துக்கிறதுக்கு என்னருக்கு. எல்லாம் முடிஞ்சு போன பெறகு. இவரு போயி புதுசாக் கலந்துட்டு வரப் போறாராக்கும் ஒன்னத் தனியா வுட்டுட்டு.”

“எங்கூட வாறன்னுதான் சொன்னாரு. வேண்டான்னுட்டென். ஆகவேண்டிய காரியத்தப் பாக்காம ரெண்டு பேரும் சேந்துட்டே அலஞ்சா எப்படி. மாமா வரச் சொல்லித்தான் போயிருக்காரு.”

“மாமாவ ஆரு பாத்தது.”

“ஒருநா வந்துருந்தாரு.”

“அப்படியா. அவரும் வீட்ல தங்காம அலையிறாரா. நேத்து இங்க வந்துட்டுப் போறாரு. அத்த தனியாக் கெடந்து தவிச்சிருவா.”

“அது முந்திக் காலம். இப்ப அவதான் மாமாவுக்குக் காட்ல சோறு கொண்டுபோயிக் குடுக்காளாம்.”

“அவ்வளவுக்கு மனசு துணிஞ்சிருச்சா.”

சித்தி தம்பியை வாங்கிக்கொண்டாள்.

“அண்ணைக்கு அவ்வளவு பதட்டத்துக்குள்ளயும் கெட்டுச் சோறு குடுத்துவுட்டாளே பாக்கணும்.”

“ஒன்னப் பாத்துட்டுத்தான் கௌம்பணும்னு சொன்னென். அய்யாவும் மாமாவும் வுடல. கௌம்புறதுக்கே மனசில்ல. என்ன செஞ் சிருவாங்க. அய்யா கௌம்பு கௌம்புன்னு அவசரப்படுத்தீட்டாரு. ஏன் கௌம்பணும். அப்படி உசிரு என்ன உசிரு.”

“நீ போயி டேசன்ல உக்காந்துருந்தா நாங்க இப்படி அலைய முடியுமா. ஒடனே நாங்களும் வந்துருவொம்.”

“அத நெனச்சுத்தான் கௌம்பி வந்தென். அவங்ககிட்ட மாட்டிக்கிட்டா கண்டமானக்கிப் பேசுவான் அடிப்பான் பாவிக. அந்த அநியாயத்த எவன் கேக்கான்.”

சின்னையா சொன்னார்.

“மொதல்ல பல்லுத் தீத்திக் குளிச்சுச் சாப்புடு. மத்ததப் பெறகு பாக்கலாம்.”

அவர் வெளியே சென்றுவிட்டார். சித்தி ஆத்தாவிடம் சொன்னாள்.

“புள்ளையப் புடி. நான் வெந்நி வைக்கென் செலம்பரம் குளிக் கிறதுக்கு.”

“இல்ல நான் வைக்கென்.”

ஆத்தா அடுப்படிக்குப் போனாள்.

சித்தியும் சின்னையாவும் தோட்டத்துக்குப் போய்விட்டார்கள். தங்கச்சியையும் தம்பியையும் அவன் பார்த்துக்கொண்டான். ஆத்தா வேலைகளை முடித்துவிட்டு அவனுக்கு வெந்நீர் விட்டுக் குளிப்பாட்டினாள். அழுக்கில்லாமல் தேய்த்து விட்டாள். குளித்து சின்னையாவின் வேட்டியை உடுத்திக்கொண்டான். அவன் வேட்டி சட்டையை ஆத்தா துவைத்துப் போட்டாள். அவனுக்குத் தலை துவட்டி எண்ணெய் தேய்த்துத் தலை வாரினாள்.

"கண்ட தண்ணியக் குடிச்சுத் தடுமம் புடிச்சிருக்கு. கொணங் கொணன்னு பேசுறயே. எண்ண தேய்க்காம இருந்தா கண்ணு கரகரக்கும். நேரங்கண்டு சாப்பிட்டீகளோ என்னமோ. அந்த மனுசன் எங்கெங்க இழுத்தடிச்சாரோ."

தலை வாரிவிடும்போதே நடந்த சங்கதிகளையெல்லாம் ஒண்ணு விடாமல் விசாரித்தாள். சாப்பாட்டு விசயத்தை மட்டும் அவன் மறைத்துவிட்டான். சொன்னால் வருத்தப்படுவாள்.

அவன் சாப்பிட்டுவிட்டுத் தோட்டத்துக்குக் கிளம்பினான். தங்கச்சியும் கூடவே வந்தாள். தோட்டத்தில் மதியம்வரை களை யெடுத்தான். மதியம் எல்லாரும் வீட்டுக்கு வந்துவிட்டார்கள். சேர்ந்து சாப்பிட்டார்கள். ஆத்தாவுக்கு அய்யா ஞாபகம் வந்தது.

"இன்னேரம் அவரு எங்க திரியிறாரோ. சாப்பாட்டப் பத்திக் கவலையே இருக்காது. இங்க வாறன்னு சொன்னாரா."

"சொல்லல. நாளைக்கு ஒரு எடத்துல சந்திக்கிறதாத் திட்டம்."

"அலச்சலுதான்."

வயிறாரச் சாப்பிட்டதுக்கும் தலைக்குக் குளித்ததுக்கும் உறக்கம் சொக்கிக்கொண்டு வந்தது அவனுக்கு.

"ஏத்தா ஒறக்கம் வருது. வெளிய போயி எங்கயாச்சும் படுத்து ஒறங்கீட்டு வாறென்."

ஆத்தாவுக்கு மனசில்லை.

"வெளிய எதுக்குப் போகணும். இங்கயே திருணையில படு. நாங்க பாத்துக்கிறொம். நம்ம கண்ணுக்குத் தப்பி எவன் வரப் போறான். அதுலயும் ஒங்க சின்னையா இருக்காகளே. அதே கவனமா இருப்பாக."

"கொஞ்ச நேரங்கூட இங்க தங்கமாட்டங்காரே. எங்க காணும்."

சித்தி சொன்னாள்.

"ரோட்டுப் பக்கம் போயிருப்பாக. ஆரு வாறாங்கன்னு நோட்டம் பாத்துட்டுத் திரிவாக. முந்தா நாளு பாரு துப்புத் தொளச்சு ரெண்டு போலீசு இங்க வந்துட்டாங்க."

“இங்கயும் வந்தாங்களா.”

ஆத்தா சொன்னாள்.

“சாய்ந்தரமாச்சா. நான் தங்கச்சிக்குச் சோறு ஊட்டீட்டுருந்தென். சின்னையா அவசரமா வந்தாக. இப்படின்னு வெசயத்தச் சொல்லி என்னக் கூட்டீட்டுப் போயி சக்கிலியக்குடியில வுட்டுட்டு வந்துட்டாக.”

“கெடுபுடியா வெசாரிச்சிருப்பாங்களே.”

“கேட்டதுக்கு, அப்படியா சங்கதி எங்களுக்கு நீங்க சொல்லித் தான் தெரியும்னு சொல்லியனுப்பீட்டாக.”

“எப்படிக் கண்டுபுடிச்சாங்களாம்.”

“காரவுட்டு எறங்குனதும் ரெண்டு பேரும் காப்பிக் கடையில சின்னையா பேரச் சொல்லி வெசாரிச்சாகளாம். அவுக அதக் கவனிச்சிருக்காக.”

“போலீசுன்னு குறிப்பாக் கண்டுபுடிச்சிருக்காரே.”

“அவுக சொல்றாக பெடரிக்குழி தெரிய முடி வெட்டியிருக்கிறதப் பாத்தாலே தெரியிதேன்னு.”

“நல்ல அடையாளந்தான். ஊருக்குள்ள ஆரும் ஒண்ணும் சொல்லலயா.”

“நாலு அப்படின்னா ரெண்டு இப்படித்தான். அஞ்சு வெரலும் ஒண்ணு போலயா இருக்கு. நான் வந்து இருக்கிறதுக்கே ரெண்டு பேருக்கு மனசில்ல. அடுத்த ஊருச் சங்கதிக்கு நம்ம ஏன் கஸ்டப் படணும்னு சொல்லீருக்காங்க. சங்கடம் வந்தா நான் ஒருத்தனாத் தாங்கிக்கிருவென். நீங்க ஆரும் வரவேணாம்னு சின்னையா சொல்லீட்டாக. பெறகு எல்லாரும் கூடிப் பேசி இப்ப ஒரு மனசா இருக்காங்க.”

“நம்ம ஊருலயே இருக்கையில ஆரச் செல்றது.”

சித்தி வாசலில் உட்கார்ந்து சுளகில் பாசிப்பயறு கிளறிக் கல் பொறுக்கிக்கொண்டிருந்தாள். அடிக்கடி வெளியே எட்டிப் பார்த்துக் கொண்டாள்.

உறக்கம் சொக்கிக்கொண்டு வந்தது. பாய் விரித்துப் பக்கத்தில் ஆயுதங்களை வைத்துப் படுத்தான்.

ராத்திரி வீட்டில் நிறைய பேர் கூடிவிட்டார்கள். பெண்கள் வேடிக்கை பார்ப்பதுபோல் எட்டிப் பார்த்தார்கள். ஆத்தாவும் சித்தியும் அவர்களுக்குப் பதில் சொல்லியனுப்பினார்கள்.

திருணையில் ஒரு கிழவர் அவனருகில் உட்கார்ந்தார். திருணை

விளிம்பில் நாலஞ்சு பெரிய மனுசர்கள் இருந்தார்கள். அவர்களுக்குள் எதையெதையோ பேசிக்கொண்டார்கள். அவன் அமைதியாயிருந்தான்.

“இருந்தாலும் நல்ல மனசுதாம்ப்பா. நடுத் தெருவுல அத்தன சனங்களுக்கு முன்னால வச்சுச் செய்றதுக்கு எவனுக்குத் தைரியமிருக்கு.”

“இதென்ன வம்பு. கூடப் பெறந்த அண்ணன வங்கொலையாக் குடுத்துட்டுச் சும்மாருக்க முடியுமா. இருந்தாலும் இந்த வெயசுல செய்றதுக்கு மனசு வேணும்.”

“அதானப்பா நாங்க அந்தக் காலத்துல பன்னருவாளக் குண்டிக்குப் பின்னால சொருவீட்டு வேலவெட்டிக்குப் போறதுக்கே ரோசனையாருக்கும். எங்க கொத்திக் கோரப்படுத்தீருமோன்னு பயந்து கெடக்கும்.”

“பயந்தவனுக்குத்தான் மொதல்ல காயம்படும்.”

கிழவர் முகத்தில் களை வந்தது.

“அது நெசந்தான். ஒருசமயம் நெல்லுக்கெட்டுச் சொமக்கொம். நெல்லுக் கருது ஓடையத் தாண்டி களத்துக்கு வரணும். ஓடையில் கொஞ்சம் தண்ணிகெடந்தது. ஒருபெய பாரு கோவணத்துக்குப் பின்னால அரணாக்கயத்துல பன்னருவாளச் சொருவீருந்துருக்கான். அத நோண்டாமக் கெட்டுச் சொமந்தா அருவா இருந்த எடத்துல இருக்கும். தலையில சொமைய வச்சுக்கிட்டு எட்டுக்கொருக்க அரு வாளத் தொட்டுப்பாத்துட்டே வந்துருக்கான். கடைசிக்கு ஓடை யெறக்கத்துல அருவா கீழ வாக்குல நழுவீருக்கு. பயந்துபோயி நழு வாமப் புடிச்சிருக்கான். அந்தானக்கி காலு வழுக்கி பாரம் தாங்காம முடியாம வுழுந்துட்டான். அருவா அப்படியே குண்டிச்சதையில பதிஞ்சு சதைய வகுந்து ரெண்டு குண்டியாப்போச்சு.”

“அவனப் புடிச்ச நல்லவேள அத்தோட போச்சு.”

“பன்னருவாளுக்குப் பயந்தவனப் போயி வீச்சருவாளப் புடின்னா எப்படியிருக்கும். அததுக்கு நெளிவு சுளிவு தெரியணும். இந்தா பாரு இம்புட்டுப் பையனுக்கு ஆரும் சொல்லிக்குடுத்தா செஞ்சிருக்கான்.”

“வேற பெயகன்னா செஞ்சிட்டு மாட்டிக்கிட்டுருப்பான்.”

“போலீசு வந்து புடிச்சுட்டுப் போறது ஒரு பக்கம் இருக்கட்டும்.”

“அவுங்களுக்கு வேற வேலையென்ன. ஊரு ஊராச் சுத்துவாங்க.”

“நம்ம ஊருக்கு வந்துட்டுப் போகலயா.”

“எனக்கொரு சந்தேகம். இவங்களுக்கெதுக்கு இந்தத் தோரிணி. வெரட்டீட்டு வாறான். இவங்க அப்பன் சித்தப்பனவா கொன்னு போட்டுட்டான்.”

“அநியாயம் செஞ்சவன் ஒருத்தன ஒழிச்சுக்கெட்னா அவுக பாடுன்னு ஒதுங்கிக்கிற வேண்டியதுதான.”

“அநியாயம் செஞ்சவனுக்கு ஒத்தாசன பண்ணுனா நாட்ல அப்பபடிப்பட்ட பெயகளுக்குத் தெம்பால்ல போயிரும்.”

“நல்லதுக்குக் காலமில்ல.”

“ஒரு நேரம் போல ஒரு நேரம் இருக்குமா. ஒரு கொணங் கெட்டவன் ஆகாற காலத்துக்குப் போலீசுன்னு பாராமச் செஞ் சிட்டா என்னாகும். புள்ளகுட்டி அலஞ்சு போகுமே.”

“கடசிக்கு வெசயம் எப்படி வரும். இவனுக்கும் போலீசுக்கும் சண்டையாகிப் போகும்.”

“அதெல்லாம் ஆரு யோசிக்காக.”

“அப்படி ரோசனகெட்டவன் ஏன் வேலைக்குப் போறான்.”

“ரோசன இருந்தாக்கூட போனதும் மழுங்கடிச்சிருவான் போலருக்கு.”

“மனுசன் கொணம் ஒண்ணு போலயா இருக்கு. செயிலுக்குப் போறதே போறொம் இன்னொருத்தனவும் சேத்து மாட்டீட்டுப் போவம்னு ஒரு வெறுப்புல ஆகிக்கிறதுதான.”

“செயிலென்ன செயிலு மயிரப்புடுங்குன செயிலு. உசிர வெறுத்த வனுக்குச் செயிலு பெரிசாக்கும். உள்ள போட்டுப் பயமுறுத்தீறவா. அண்ணன் செயிலுக்குப் போனா தம்பி இன்னொருத்தனத் தீட்டுவான். என்னமோ சொன்னது கணக்கால்ல இருக்கு. கங்க அள்ளி மடியில கெட்டவா.”

“இவன செயில்ல போட்டு எத்தன நாளைக்கு வச்சிருப்பான். நல்ல பெராயத்துல வந்ததும் இன்னொருத்தனப் போடப் போறான்.”

“சாச்சி சொல்லி கேச முடிச்சு செயில்ல போட்டாத் தெரியாதா.”

கிழவர் அவனிடம் பேச்சுக்கொடுத்தார்.

“ஒங்கய்யா ஊருக்குப் போயிருக்காரா.”

“ஏன்.”

“சும்மாதான் கேட்டென். நீ தனியா வந்துருக்கயே. ஒன்ன வுட்டுட்டு எங்க போயிட்டாரு.”

“நம்ம கூடயே அலஞ்சா முடியுமா. ஆகவேண்டியதப் பாக்க ணுமே.”

“அது சரிதான். எல்லாரும் சேந்து அலையிறது நல்லதில்ல. ஓங்க மாமா சுளிவான ஆளு. எல்லாத்துக்கும் வழி வச்சிருப்பாரு.”

“அய்யா அவரப் பாத்துப் பேசீட்டு வருவாருன்னு நெனைக்கென்.”

“பேசுறதென்ன. இதுல மடங்கிப் போறதுக்கு ஒண்ணுமில்ல. நடக்க வேண்டியது நடந்துபோச்சு. இனிப் பின்வாங்கக் கூடாது. வில்லாறத வித்துன்னாலும் கேசு நடத்தியாகணும். ஊருக்காரங்க இதுல ஒத்து வரலன்னா அதப்போல கேவலம் ஏதுமில்ல.”

“ஒத்து வருவாங்க. நம்ம களவாண்டுட்டா திரியிறொம்.”

“அதச் சொல்லு.”

மற்றவர்கள் ஆளுக்கொரு பக்கமாகப் பேசிக்கொண்டிருந்தார்கள். சின்னையா தலைவாசலை விட்டு நகரவில்லை. ஆத்தா தங்கச்சியைத் தோளில் போட்டுத் தட்டியபடி இருந்தாள்.

சிலர் தைரியம் சொல்லிவிட்டுப் போனார்கள். கிழவர் பொதுப் படையாகச் சொன்னார்.

“அடே, ஊருக்குள்ள எவனோ இதுக்கு மொனங்குனான்னு கேள்விப்பட்டென். அது எவம்லே சமீந்தாரு மகன். நாளைக்கு நமக்கொரு இட்டடி முட்டடின்னா ஒண்டுறதுக்கு எங்க போவீக. அவுகளுக்கு வந்ததுதான் நமக்கும். அத மனசுல வச்சுக்கங்க. எவனாச்சும் சின்னத்தனமாப் பேசுனீக நடக்கிற கதையே வேற.”

“ஒருத்தரும் மொனங்கல. ஓம்மபாட்டுக்குச் சும்மா இரும்.”

“அதான கேட்டென்.”

ஊர்ச்சனங்கள் வந்து வந்து போக ரெம்ப நேரம் ஆகிவிட்டது. ஆத்தா பெண்களுடன் பொறுமையாகப் பேசி அனுப்பினாள்.

ராத்திரிச் சாப்பாட்டுக்குள் தங்கச்சி உறங்கிவிட்டாள். மச்சு வீட்டுக்குள் உறங்கப் போட்டுவிட்டு வந்து ஆத்தா சோறு பரிமாறி னாள்.

அவன் சின்னையாவிடம் கேட்டான்.

“தோட்டத்துல போயிப் படுத்துக்கிறனே.”

“நல்லாச் சொன்னப்பா. இங்க இருக்கிறது ஆளில்லன்னு நெனச்சயா. பேசாம திருணையில பாயி விரிச்சுப் படு. எவனாச்சும் ஒன்னத் தொடுறான்னா சின்னையாவத் தொட்ட பெறகுதான் தொடுவான்னு நெனச்சுக்கோ.”

“அதுக்கில்ல. எச்சரிக்கையா இருந்துக்கிருவமேன்னுதான்.”

“எச்சரிக்கையில்லாம என்ன. வெளிப்பானத் திண்டுல ஏறுனா ஒரு தாவுல எரவாரச் சொவருல ஏறிக் கீழ குதிச்சிறலாம். இதுக் காக வீட்ட வுட்டுக் கௌம்பணும் பாரு... பாத்தீகளா மதினி செலம்பரம் பேசுறத.”

ஆத்தா மெல்லச் சொன்னாள்.

“நான் ஒருத்தி வந்து கெடக்கென் ஓங்களுக்குச் சொமையா. அவனும் வந்து ஏன் தொந்தரவு குடுக்கணும்னு சொல்றான்.”

“அப்படியா செலம்பரம்.”

“எல்லாருக்கும் தொறட்ட ஏன் இழுத்து வைக்கணும் சின்னையா.”

“இது அனயம் தொறட்டுல்ல.”

சித்தி ஆத்தாவிடம் கூறினாள்.

“நான் கொழந்த பெத்துக் கெடக்கையில அத்தன நாளு இங்க வந்து இருந்தயே அப்ப ஓங்களுக்கு நாங்க சொமையா இல்லையா. இதுக்கு முந்தி எத்தன புள்ளைக்கு அங்க வந்து கெடந்தென். முட்டுச் சீல மொதக்கொண்டு கழுவி மேலுக்கு வென்னிவச்சு ஊத்துவயே மொகஞ் சுளிக்காம, அப்ப மட்டும் சொமையா இல்லையா.”

“நீ ஒருத்தி பெரிய வேலையப் பாத்து இவளக் காப்பாத்தி வுட்டுட்டாக. போயி வேலையப் பாரு. செலம்பரம் எங்கயும் போக மாட்டான். திருணையில படுப்பா நீ.”

ஆத்தா திருணையில் பாயெடுத்துப் போட்டாள். மச்சு வீட்டுக் குள் சித்தி குழந்தைக்கு அருகில் படுத்திருந்தாள். வெளி வாசல் கதவை ஒருக்களித்துச் சாத்தி அருகில் தலைவைத்து உடம்பைக் கிடத்தினார் சின்னையா.

ஆத்தா அவன் தலையில் பேன் தடவினாள்.

“இப்படியே அலஞ்சா ஓடம்பு கெட்டுப்போகுமே. ஒரு நாளைக்கு ஒரு எடத்துல தண்ணி குடிச்சிட்டு பெரியாளே திரிய முடியாது. நெஞ்சொணந்து போகும். அய்யா என்ன சொல்றாருப்பா.”

“என்ன சொல்லுவாரு அலையக்கூடாதாம். ஆசராகியிறலாம்னு நெனப்பிருக்கும் போலருக்கு.”

“திடீர்னு எப்படி ஆசராக முடியும் ஒரு வழியும் இல்லாம.”

“மாமாட்டக் கலந்துட்டு வருவாரு.”

“மாமா சொல்லீட்டா ஆசராக வேண்டியதுதான்.”

“எனக்கென்னமோ வேண்டாம்னு தோணுது.”

“ஏன் அப்படிச் சொல்ற.”

“கொல செஞ்ச ஒடனயே தைரியமா போலீசுக்கு முன்னால நின்னுருக்கணும். அதுல்லாம தப்பித் திரிஞ்சா ஒரேயடியாத் திரிஞ் சிறணும். அவன் தைரியத்தவும் நம்ம தைரியத்தவும் பாத்துறணும். இந்தா என்னப் புடிச்சுக்கோன்னு போயி அம்புட்டுக்கிறது நல்லாத் தெரியல.”

“எத்தன நாளைக்கு ஒன்ன அலையவச்சுப் பாக்கிறது நாங்க.”

“அப்படியில்லன்னா இனி ரெண்டு பேரு இருக்கான். அவங்களவும் சேத்துத் தீட்டீட்டுப் போயிறணும்.”

“அடுத்தவன் குடியக் கெடுக்கிற பெயலச் சும்மாவா வுடப் போறாங்க. நம்ம வீட்ல எழவு வுழுக வச்சான் மொரடன். அடி யோட போனான். அதப்போல மத்தவனும் நாசமாப் போகத்தான் போறான். அவனவனுக்கு ஓலையக் கிழிக்கிறதுக்கு ஆருக்காச்சும் லவிச்சிருக்கும்.”

“நீயும் தங்கச்சியும் அலையிறீகளேன்னுதான் யோசிக்கென். இல்லன்னா அய்யாவுக்குத் தெரியாமக் கௌம்பீருவென்.”

“நாங்க எல்லாரும் ஒன்னப் பாக்காம இருந்துக்கிறணுமாக்கும். தங்கச்சிக்குச் சொல்லி முடியுமா.”

ஆத்தா குரல் தைரியமிழந்திருந்தது.

“நான் செயிலுக்குப் போனாப்புல பாத்துட்டா இருக்கப் போறீக.”

“அதாச்சும் ஒரு எடத்துல இருக்கயேங்கிற நிம்மதியிருக்கும். நாங்களும் அப்பப்பப் பாத்துக்கிருவொம்.”

“அப்படின்னா குடும்பத்துல நிம்மதி வந்துருமாக்கும்.”

“நிம்மதி எண்ணைக்கோ கெட்டுப்போச்சு. கண்ணுக்குக் குளுந்த பெயலப் பறிகுடுத்த அண்ணைக்கே எல்லாம் போச்சு. கொன்னவன் உசிர வாங்கியாச்சு. இப்ப எனக்கு நிம்மதிதான். அதச் செய்றதுக்கு ஒரு புள்ளையிருக்கேங்கிற நிம்மதி.”

“எல்லாம் யோசிச்சுப்பாத்தா ஆசராகியிறலாம்னு தோணுது.”

“அய்யா எப்படியும் முடிவோடதான் வருவாரு.”

ஆத்தா யோசித்தவாறிருந்தாள்.

“நாங்க ஆசராயிட்டா நீ ஊருக்குப் போயிருவயில்லத்தா.”

“போயிட்டன்னா பெறகு எந்தப் பெய வரப்போறான். எங்ககிட்ட வாறவன் எனக்குப் பதிலுச் சொன்னாப் போதும்.”

“அத்த தொணையில்லாமக் கெடக்கா.”

“அதுதான் எனக்கும் ஒளச்சலா இருக்கு. நல்ல நேரத்துலயே தெம்பு இருக்காது. ஆளு இல்லன்னா இடிஞ்சு போயிருவா. மாமா ஒருத்தரா எங்கிட்டுன்னு அலைவாரு.”

“அத்தையப் பாக்கணும் போலருக்கு.”

“ஒனக்கு மேல எனக்கு ஆச.”

“ஒரு நாளைக்குக் கூட்டியாரச் சொல்லணும்.”

“ஓடி வந்துறமாட்டாளா.”

“இல்ல நானாச்சும் போயிப் பாத்துட்டு வரணும்.”

“அது நல்லதில்ல.”

“தங்கச்சி மொனங்குறா நீ போயிப் படுத்தா. என்ன விடியக்காலம் எழுப்பிவுட்ரு. கண்ணு வெளிச்சத்துக்கு முந்திப் பெறப்புடணும்.”

“விடியக்காலம் எந்திரிக்கணுமேன்னு ஒறக்கத்தக் கெடுத்து முழிச்சிட்டுக் கெடக்காத. சின்னையாவாச்சும் நானாச்சும் எழுப்பி வுடுறொம்.”

ஆத்தா எழுந்திருக்கும்போது சின்னையா குரல் வந்தது.

“ஆத்தா சொல்றத நல்லாக் கேட்டுக்கோ செலம்பரம். ஒறக்கத்தக் கெடுத்துறாத.”

சின்னையா எல்லாவற்றையும் கேட்டுக்கொண்டிருந்திருக்கிறார்.

“நீங்க இன்னியும் ஒறங்கலயா சின்னையா.”

“ஒறங்கிக்கிறலாம். இப்ப என்ன.”

அவன் மேலும் பேச்சுக் கொடுக்கவில்லை. யோசனைகள் அதிகரிக்க அதிகரிக்க உறக்கம் வருமென்று தெரியவில்லை.

அய்யா என்ன முடிவுடன் வருகிறாரோ. ஊருக்குள் நிலைமை எப்படி இருக்கிறதோ. என்ன வந்தாலும் சரி, இனி ஆத்தாவை இங்கிருக்கச் சொல்லக் கூடாது. ஊருக்கு அனுப்பியாகணும். அத்தை கையில் இருந்தால்தான் தங்கச்சியும் தேறுவாள். ஆஜராகிவிட்டால் ஆத்தாவையும் தங்கச்சியையும் கவனிக்க முடியாது. அத்தையும் ஆத்தாவும் துணைக்குத் துணையாக இருந்தால் தெம்பாக இருக்கும். மாமா கவனித்துக்கொள்வார். குடும்பம் நல்லபடிக்கு ஓடும்.

அய்யா வந்ததும் இதைச் சொல்லியாகணும். அவர் பாட்டுக்கு எதையெதையோ பேசிக்கொண்டிருப்பார். குடும்ப விசயங்களைப் பற்றி ரெம்ப யோசிப்பதில்லை. ஒரு நேரம் சொன்னால் அதோடு சரி. பிறகு கேட்டால் சொல்வார்.

“ஒவ்வொருத்தரும் ஒவ்வொருத்தரத் தோளுலயா தூக்கீட்டு அலைவாக. காலுகைய ஏன் குடுத்துருக்கான். சும்மாவா.”

எப்படியிருந்தாலும் செயிலுக்குள் வலியப் போவது நல்ல தில்லை. ஏன் போகணும். ஒருவனைக் கொன்றுவிட்டால் செயிலுக்குப் போகணுமென்றால் முதலில் ஜின்னிங் பேக்டரி முதலாளி போயிருக்கணும். அப்புறம் வடக்கூரான் போயிருக்கணும். இதுக்கு மட்டும் போ என்றால் எப்படி. செயில் எல்லாருக்கும் பொதுவா யிருக்கணும். அதுதான் நியாயம்.

செயில் என்னேரமும் நிறைந்திருக்கணுமோ என்னமோ. பிறகேன் போலீஸ்காரர்கள் பிள்ளை பிடிப்பவர்கள்போல் அடுத்தவன்மேல் கேஸ் போடுவதற்குத் தெருத் தெருவாக அலைகிறார்கள். சில நேரம் பிச்சைக்காரனை மெனக்கிட்டு எழுப்பிக்கொண்டு போவார்கள். அவன் மேல் சந்தேகமாம். சிரிப்பாயிருக்கும்.

அதே சமயம் பெட்டிக் கடைக்குள் சாராய விற்பனை மும்முரமாக நடக்கும். அவனோடு நெருக்கமாகப் பேசிக்கொண்டிருப்பார்கள். ஊருக்குள் அநியாயம் பண்ணுகிறவனைப் பற்றி வழியில் போகிற கிழவிகூடச் சொல்வாள். மணியக்காரத் தாத்தாவைக் கேட்கணும்.

“அவங்களப் போகச் சொல்லுடா பேண்டவன வுட்டுட்டுப் பிய்ய மல்லுக்கெட்றவங்கள.”

தலைக்கோழிச் சத்தம் அரிச்சலாகக் கேட்டது. அவன் மெல்லக் கண்சொருகியிருந்தான். யாரோ தட்டி உசுப்பினார்கள். எழுந்து பார்த்தான். அய்யா நின்றிருந்தார்.

இதென்ன ஆச்சரியம். ஊருக்குப் போன மனுசன் ராத்திரியே திரும்பிவிட்டாரே. நல்ல அலைச்சல்.

“முந்தியே வந்துட்டீகளா. நான் லேசாக் கண்ணசந்துட்டென்.”

“இப்பத்தான் வந்தென்.”

“நீங்க இங்க அலையணுமாக்கும்.”

“நீ ஆத்தா தங்கச்சியப் பாத்தாச்சில்ல. குட்டிப் பெய எப்படித் துள்ளுறாரு.”

ஆத்தாவும் சித்தியும் திருணைக்கருகில் வந்தார்கள். சின்னையா தலைவாசலில் உட்கார்ந்திருந்தார்.

மச்சு வீட்டுக்குள் மண்ணெண்ணெய் விளக்கின் கரிப்புகை காயப்போட்ட சேலை மாதிரி நெளிந்தது. அது சுவரில் படம் போட்டு அசைவதைக் குட்டிப் பயல் வேடிக்கை பார்த்தபடி கிடந்தான். தங்கச்சி நன்றாகத் தூங்கியிருந்தாள்.

எழுந்து முகங் கழுவி உறக்கச் சடைவை முறித்தான். அரிவாளை எடுத்துச் சொருவினான். குண்டுகளைப் பத்திரப் படுத்தினான்.

“கெளம்புவமா.”

அய்யா சொன்னார்.

“இதுதான் நல்ல நேரம். ஆளு மொகம் தெரியாமப் போயிறலாம்.”

அவன் மச்சு வீட்டுக்குள் தங்கச்சியையும் தம்பியையும் பார்த்துவிட்டு வந்தான். கிளம்பும்போது சின்னையாவிடம் சொன்னான்.

“ஆத்தாவவும் தங்கச்சியவும் ஊருக்குக் கூட்டீட்டுப் போயி வுட்ருங்க.”

சின்னையா கேலியாகக் கூறினார்.

“இல்ல இல்ல அவுக தனியாத்தான் போகணும்.”

அய்யா சித்தியைப் பார்த்தார்.

“மண்ணெண்ண வெளக்கக் கிட்டத்துல வச்சுக்கிட்டு சின்னவனப் போடாதம்மா. அவன் துள்ளுற துள்ளுக்கு இழுத்துப் போட்ருவான் போலருக்கு. ஒரு நேரம் போல ஒரு நேரம் இருக்காது. நீயே புள்ளைகளால லொம்பலப்பட்டவ.”

இருவரும் வீட்டைவிட்டுக் கிளம்பினார்கள். சித்தியை வீட்டிலிருக்கச் சொல்லிவிட்டு ஆத்தா சின்னையாவுடன் வழியனுப்ப வந்தாள். வீட்டுக்குப் பின்னால் வண்டிப் பாதையில் இறங்கும்போது சின்னையா கேட்டார்.

“நான் கூட வந்துட்டுத் திரும்பட்டுமா.”

“நாங்க அலையிறது காணாதாக்கும். வீட்டுக்குப் போங்க.”

அய்யா நடக்கத் தொடங்கினார். ஆத்தா ரெண்டெட்டு அய்யாவிடம் வந்தாள்.

“போறது சரி புள்ளையப் பட்னிபோட்றாதங்க. மலச்சுப் போவான்ல.”

“ஓம் புள்ளையா மலச்சுப்போவான். அவன் இருக்கிற வைராக்கியத்துக்கு என்ன மலைக்க வச்சிருவான் போலருக்கு.”

கடைசியாக ஆத்தாவிடம் சொல்லிவிட்டு நடந்தான் அவன்.

“ஏத்தா தங்கச்சிய நல்லாக் கவனிச்சுக்கோ.”

7

"ஏழு நாளாச்சு இண்ணைக்கோட. நாளும் பொழுதும் ஓடிப் போச்சா சும்மாவா."

அய்யா அவனை அனுசரித்து நடந்துவந்தார். பெரிய தீமூட்டம் போல் பொழுது கிளம்பியிருந்தது. குளிர்ந்த வேளையில் இருந்த நடை வேகம் வெயிலில் இல்லை. பாதைகளைச் சட்டைசெய்யாமல் நடந்தார்கள். அவன் சொன்னான்.

"இனி ஒரு வாரம் கழிச்சு அவனுக்கு எழவுச்சோறு போடுவாங்க."

"எந்தப் பெய இருக்கான் எழவெடுத்துச் செய்ய."

"சின்னிங் பேக்டரிக்காரன் இருக்கான்ல."

"ஆமாமா. அவன் நடத்துவான்."

"வடக்கூரானுக்கு எத்தன புள்ளீக."

"ஆரு கண்டது அந்தப் பெய வீட்ல இருக்கிறத. ஒரு சின்னப் பெய இருக்கான் போலருக்கு படிச்சுக்கிட்டு. ஒரு பொண்ணுன்னு நெனைக்கென். கெட்டிக் குடுத்துட்டான்."

"உள்ளூருக்குள்ளயா."

"இல்ல கெழக்க."

அய்யா தலைப்பாவை அவுத்துக்கொண்டார். நிலங்களில் வெயில் பரவிக் குளிர்ச்சியை உறிஞ்ச ஆரம்பித்திருந்தது. நிழலுக்குக் களையுடனிருந்த காட்டுச்செடிகள் குழைந்து லட்சணம் குறைந்து வந்தன. வெள்ளாமைகள் அருகிய நிலங்கள்.

அவன் கேட்டான்.

“நாவ நனைக்கிறதுக்குக்கூடத் தண்ணி கெடைக்காதோ.”

“அதான. நேத்துப் பேஞ்ச மழ இந்தப் பக்கம் வராமச் சுழிச்சி ருக்கு பாரு.”

“மழ எம்புட்டுத்தான் பேஞ்சாலும் தண்ணி நிக்காது. அப்படிப்பட்ட தரையாருக்கு. எதுக்க ஒரு ஊரு தெரியிது. அந்தப் பக்கம் இருக்கான்னு பாப்பொம்.”

“ஊருக்குள்ள போகக் கூடாது. சுத்துல கெணறு இருந்தா உண்டு.”

“இல்லாமயா போகும்.”

அவர்கள் அந்த ஊரைச் சுற்றி நடந்தபோது தூரத்திலிருந்து ஓடையில் பெண்கள் நடமாடுவது தெரிந்தது. ஓடை ஊற்றில் தண்ணீரெடுத்துக்கொண்டு போனார்கள். இந்த நேரம் அவர் களிடம் போய் தண்ணீர் கேட்க முடியாது. பெண்களிடம் கேட்பது நன்றாயில்லை.

அய்யா அவனைப் பார்த்தார்.

“தாகமாருக்கா.”

“சாப்பிட்டா தவிச்சுப் போச்சு தாகமெடுக்க. நாவ நனச்சு மொகங் கழுவிக்கிட்டா நடக்கத் தோதாருக்கும்.”

“தெம்பாருக்கும்.”

“அதுக்குத்தான் சொன்னென். கெடைக்கலன்னா வுடுங்க. போற வழியில கெடைக்கிற எடத்துல பாத்துக்கிறலாம்.”

“நா வறண்டுட்டே போனா நடக்கக் கஸ்டமாருக்குமே.”

“இல்லாறதுக்கு என்ன செய்ய. அத்தன பொம்பளைகளுக்கு நடுவுல போயிக் கேக்க முடியுமா.”

“அதுதான் நானும் யோசிக்கென். இல்ல நம்ம ஊத்துத் தோண்டுனா உண்டு.”

“அது முடியாது. ஊருப்பொம்பளைக எல்லாம் ஓடையிலதான் நிப்பாகளோ.”

“பாத்தாலே தெரியலயா ஊருக்குக் குடிதண்ணியே அங்கருந்து தான்னு.”

“மழையில வெள்ளம் வந்து ஊத்த மூடிக்கிருச்சுன்னா என்ன செய்வாக.”

“கொளத்துத் தண்ணியக் குடிப்பாக.”

“நல்ல ஊருதான். குடிதண்ணிக்கு அலஞ்ச பெழப்பா.”

“இதாச்சும் கெடைக்குதே இவுகளுக்கு. சில ஊருகள்ல இதுங் கெடையாது. ஊருவுட்டு ஊரு போயிக் கொண்டுவாறாக. கோயிலு கொளத்துக்குப் பெரயாணம் போயித் தீத்தம் கொண்டு வந்த மாதிரி.”

“அடுத்த ஊருல கெணறு இல்லாமயா போகும். பொம்பளைக கண்ணுல படாம நடையை வுடுங்க.”

அடுத்த ஊர் சற்றுத் தூரத்தில் இருந்தது. இடையில் ஒடங் காடுகள். இவ்வளவு மரங்களை எப்படி விட்டுவைத்தார்கள். வேறொரு ஊரென்றால் எல்லாம் தோண்டியெடுத்து கரிமூட்டம் போட்டுக் காசாக்கியிருப்பான்.

எதிரில் மலைபோல் சரள்குமி தெரிந்தது. கிணறு ஆழமாக வெட்டியிருப்பான். சுற்றிலும் தோட்ட வெள்ளாமைகள் ரெம்ப. வெள்ளாமைகளுக்கு நடுவில் நடந்தார்கள். சரள்குமியை ஒட்டிச் சிறு சதுரத்தில் தக்காளி படர்ந்திருந்தது. ஒவ்வொரு செடிக்கடியிலும் கோழி அடைகாத்தது போல் தக்காளிப் பழங்கள்.

அய்யா கேட்டார்.

“ரெண்டு பழத்தப் புடுங்கி வாயில நமட்டிக்கிறயா. தண்ணித் தாகம் அடங்குமே.”

“பாவம் அவன் என்ன பாடுபட்டுத் தண்ணி எறச்சானோ. அவன் வயித்துல அடிக்கவா. கெணத்துல தண்ணியிருந்தாக் குடிப்பொம். இல்லன்னா அடுத்த எடம் போவொம்.”

கிணற்றில் எட்டிப் பார்த்தார்கள். தரையொட்டிக் கிடந்த தண்ணீரைப் பார்க்குமுன் கழுத்து அறுந்துவிடும் போலிருந்தது.

“ஏயப்பா இவ்வளவு ஆழமா. மலைக்காம வெட்டியிருக்கான் பாருங்க.”

“மலச்சா முடியுமா. வில்லாறத வித்துன்னாலும் வெட்னாத்தான ஊருல குடும்பம் நெலைக்க முடியும். மொதல்ல வயித்துப் பாட்டுக்கு வழி வேணுமே. லாவம் கழுத குருதையெல்லாம் அப்பறம்.”

“எதுக்கு இவ்வளவு கஸ்டப்படணும்.”

“கஸ்டந்தான். அதுக்காகச் சும்மாருந்தா வயிறு நெறஞ்சிருமா. நம்ம இந்தா அலையிறமே எதுக்கு. இருக்கிற நெலத்த வடக்கூரானுக்கு வுட்ருந்தம்னா ஏன் இவ்வளவு வருது. நம்ம நெலம் அவனுக்குச் சேரலன்னுதான கோவம். மத்தவங்களப் போல நெலத்த அவனுக்கு

எழுதிக் குடுத்துப்புட்டு அதுல கூலி வேல செய்யணும். இல்லன்னா களவாங்கணும்.”

“அவனுக்கென்ன நம்ம நெலம் வச்சிருந்தா.”

“நீ சொல்றப்பா. அவனுக்கு மனசு அப்பபடியில்லையே. எத்தன பேரு நெலத்தப் புடுங்கிப் பண்ண சேத்துருக்கான். எல்லாம் தானாக் கெட்டியாளணும்னு நெனப்பு. சொத்துக் கிறுக்கு லேசுக்குள்ள வுடாது. கறியறுத்துக் கண்டங் கண்டமாக் காயப்போட்டாக்கூட ஆச போகாது. கொன்னு குழியத் தோண்டி வச்சா அடங்கும்.”

அய்யா முகம் மாறியிருந்தது. அவன் அவரைப் பார்த்தான்.

“கெணத்துக்குள்ள எறங்க முடியாதோ. படியக் காணும்.”

“கெணறாவா வெட்டியிருக்கான். ரெண்டு கூன தண்ணியக் கொண்டுவாறதுக்குள்ள மாட்டுக்குச் சாணி தள்ளிப்போகும். ஒரு நாளைக்கு ஒரு கெட்டு நாத்துக் கூளம் போட்டாக்கூடத் தாக்குப் புடிக்காது. அடுத்த கெணறு பாப்பொம்.”

அய்யா சிரித்தார்.

அடுத்த கிணற்றுக்கு வந்து சேர்ந்தபோது தாகம் அதிகரித் திருந்தது. மானாவாரிக் காடுகளுக்கு நடுவில் ஒண்டியான கிணறு. சுற்றிலும் நிலங்கள் காய்ந்திருந்ததால் தோட்டப் பசப்புகூட நீர்ப் பிடிப்பில்லாமல் வெளிறித் தெரிந்தது.

கிணற்றை எட்டிப் பார்த்தான். ஒரே சந்தோசம்.

“படி வச்சிருக்கான்.”

“நல்ல மனுசன்.”

அய்யா கமலைக் குழியில் நின்றார். அவன் அவசரமாக உள்ளே இறங்கித் தண்ணீர் குடித்து முகங் கழுவினான். அய்யா சொன்னார்.

“கெணத்துக்குள்ள குளிக்க வேணாம். மதியத்துக்கு வேற எடம் பாக்கலாம். படக்னு ஏறி வாப்பா.”

பிறகு அய்யா தண்ணீர் குடித்தார்.

தோட்டத்தில் ஈரப் பாத்திகளுக்குள் நடக்காமல் பெரு வாய்க்கால் வரப்புகளிலேயே நடந்தார்கள். என்னென்னமோ வெள்ளாமைகள். இன்னதுதான் என்றில்லை. ரெம்பக் கோளாறான ஆள் போலிருக்கிறது. துட்டு வெள்ளாமை தானிய வெள்ளாமை என்று சிறு சிறு துண்டாகப் போட்டிருந்தான். துட்டு வெள்ளாமை அதிகம்.

சுற்றுப் பக்கங்களில் மாட்டுக்குக் கூளத்துக்காகச் சோள நாத்து அடர்ந்திருந்தது. தண்ணீர்ப் பாய்ச்சலில் ரெம்பப் பசப்பேறியிருந்தது.

அய்யா நாத்துகளைக் கவனித்துவிட்டுக் கேட்டார்.

“நாத்துக்குள்ள என்ன போட்ருக்கான் கவனிச்சயா.”

“இதுக்குள்ள போயி என்ன போட முடியும். என்னமோ காட்டுச் செடியா வளந்து கெடக்கு.”

“அவ்வளவும் கஞ்சாச் செடி. ரெம்ப யோசனையா வளத்து ருக்கான். ஆருக்கும் சந்தேகம் வராது. தோதான எடம்.”

“இவனுக்கெதுக்கு இந்தத் தோரிணி.”

“வெள்ளாம செய்றவன் யேவாரம் செய்ய ஆரம்பிச்சு துட்டக் கண்டுட்டான்னா அவ்வளவுதான். எல்லாம் செய்வான். இந்தச் செடிய சரக்குபண்ணித் தள்ளிவுட்டான்னா வேருலருந்து காயி வரைக்கும் துட்டுத்தான. ரெண்டுகுறுக்கம் கம்பு போட்டாக்கூட இவ்வளவு துட்டாகாதே.”

“அவ்வளவு கெராக்கியா.”

“லேசாவா. போலீஸ்காரங்களே ஒரு பொட்டணம் தூள வச்சுக்கிட்டு மெனக்கிட்டு பீடி சீரட்ட உதுத்து அடச்சிட்ருக்கான். அப்படின்னா இந்த வெள்ளாமையும் செய்ய வேண்டியதுதான.”

அவன் யோசனைக்குப் பின் கேட்டான்.

“மதியத்துக்கு அந்த எடத்துக்குப் போயிருவமா.”

“சுருக்கா எட்டு வச்சாப் போயிறலாம். நமக்கு வயிறு சுண்டுது. ஊரான் கத பேசீட்ருக்கொம் பாரு.”

“வயித்துக்குத் தண்ணி குடிச்சிருக்கமில்ல இப்ப.”

“ஆமாமா ரெம்பக் குடிச்சிருக்கொம். ரெண்டு நாளைக்குப் பசி தாங்கும். போற வழியில மோண்டுட்டாப் போதும். பசி கொடலப் புடுங்கும்.”

“நடுக் காட்ல இருந்துக்கிட்டுச் சோறு வான்னா வருமா. போயித்தான் பாக்கணும்.”

“போயி உக்காந்துக்கிட்டா வருமா. தெனமும் நடுக் காட்ல கெடந்து நாற வேண்டியிருக்கு. என்ன பெழப்பு சவத்துக்கெட்ட பெழப்பு. ஓங்க ஆத்தா வேற பெரிசாச் சொல்லிவுட்டுட்டா பட்னி போட்றாதங்கன்னு. அப்படிப்பட்டவ எதாச்சும் செஞ்சு குடுத்தனுப்பியிருக்கணும்.”

"அவளே இங்க வந்து கெடக்கா. செஞ்சு வேற குடுக்கச் சொல்றீக. சித்திக்குத்தான தொந்தரவு."

"அங்கிட்டுப் பாத்தா அதுஞ் சரிதான்."

"அப்பப் பேசாம வாங்க. அங்க போயி மத்ததப் பத்தி முடிவு செஞ்சுக்கிருவொம்."

"நான் அங்க வரைக்குக்கூட வரணுமான்னு யோசிக்கென்."

"ஏன் எங்கயாச்சும் போக வேண்டியிருக்கா."

"போயாகணுமே. ஆடு வித்த ரூவாய எப்படியும் வாங்கி வரணும். நாளைக்குச் செலவிருக்கும். ஆத்தா கையில கொஞ்சம் குடுக்கணும்."

"நாளைக்கு ஆத்தாவ எங்க பாப்பீக."

"எல்லாம் வருவாக. பெறகு சொல்றென் வெவரமா. மொதல்ல பணம் பெரட்டியாகணும். எங்க அலஞ்சாவது அவனப் புடிச்சுப் புடுங்கணும். லேசுக்குள்ள கௌம்பாது. அந்தாம்பான் இந்தாம்பான். வெலாங்கு மீனு மாதிரி நழுவீருவான்."

"அப்ப நீங்க போயிட்டு வாங்க. நான் தனியாப் போறென்."

"அந்தா தெரியிது பாரு ஆலமரம். நேர நடையப் புடிச்சுப் போயிறலாம். மதியம் எந்த ஊருலயாச்சும் கடையில வாங்கிக் கொறிச்சுக்கோ. செயிலு போயிச் சேர்றதுக்குள்ள ஒன்ன அர உசிராக்கீருவென். நாக்கப் புடுங்கிச் சாகிறமாதிரி மாமா கேக்கப் போறாரு. சூசுவான்னு வீட்ல கெடக்கிறத வுட்டுட்டு தலைக்குமீறிச் செய்யப் போயித்தான இவ்வளவும். நாங்க செஞ்சிட்டுப் பட்னியா அலையிறதப் பத்தி ஒண்ணுமில்ல."

"ஒங்களுக்கு வயித்துக்குள்ள கொடலு கெடையாதா."

"இருக்கு இருக்கு. கொடலு இல்லாமயா இத்தன நாளா தின் னுட்டுத் தின்னுட்டுச் சாணி போட்டுட்டு அலஞ்சிருப்பொம்."

"இப்ப நீங்க போற எடத்துக்குப் போகப் போறீகளா இல்லையா."

"போறென். ராத்திரிக்குள்ள வந்துருவென். நான் வந்த பெறகு கோயிலுக்குள்ள போகலாம். அதுவரைக்கும் வெளிய இருக்கணும்."

"ஏன்."

"சும்மாதான். ஒத்தியில கோயிலுக்குள்ள போகவேணாம்னு பாக்கென். எதம்பத்தரமா நடமாடணும். ஒம்பிரியம் எப்படியோ பாத்துக்கோ."

அய்யா பிரிந்து இன்னொரு பாதையில் நடந்தார். அவர் உருவமென்னமோ இவ்வளவு தூரம்வரை இருந்த மாதிரியில்லாமல் தளர்ந்து போயிருந்தது.

அவன் ஓடிப்போய் கிட்டத்தில் சொன்னான்.

“எங்கிட்டக் கொஞ்சம் பணமிருக்கு. செலவுக்குக் கொண்டு போறீகளா.”

“எனக்கென்ன செலவு வேண்டிக்கெடக்கு.”

“ஏதொண்ணுக்கும் கையில வச்சுக்கங்க.”

“வேணாம் வேணாம். ஓங்கிட்டயே இருக்கட்டும். நான் பணம் வாங்காம வரமாட்டென்.”

அவர் வேகமாக நடந்தார்.

ஆலமரம் குறியென்றாலும் நேர்பாதையில் நடக்க முடிய வில்லை. சுற்றிப் போனான். ஊர்களைச்சுற்றிச் சனங்கள் வேலை செய்துகொண்டிருந்தார்கள். சந்தேகத்துக்கிடமில்லாமல் நடந்தான். போகப்போக தோட்டங்கள் அதிகமிருந்தன. சில கிணறுகளில் கமலை இறைத்தார்கள். பம்ப்செட் இரைந்தது. ஒரு வாய்க்காலில் காலை நனைத்துச் சூடாற்றினான். துண்டை நனைத்துப் பிழிந்து தலையில் சுற்றிக்கொண்டான்.

வயிறு லேசாகக் கடித்தது. மதியத்துக்கு எதாவது வாயில் போட் டாகணும். கிறக்கமாயிருக்கும். அய்யா எப்போது வருவாரோ. வந்தாலும் சாப்பிட வாங்கி வரணும்.

நேற்றுப் போல் நடுச் சாமத்தில் வந்து எழுப்பினாலும் எழுப்புவார்.

இனிமேல் போய்ச் சமையல் செய்யவும் வழியில்லை. அதுக்குரிய சாமான்கள் சம்பாரித்தாகணும். அது முடியாது. வழியில் ஒரு ஊருக்குள் நுழைந்து கடையில் பொரிகடலையும் கருப்பட்டியும் வாங்கித் திங்க வேண்டியதுதான். ஊருக்குள் எச்சரிக்கையாக நுழையணும். யாரும் பேச்சுக் கொடுத்தால் தந்திரமாகப் பதில் சொல்லணும். ரெண்டு நேரமும் வயிற்றைச் சும்மா போட முடியாது.

வண்டிப்பாதையை விட்டு விலகி தோட்டத்து வரப்பில் நடந்தான். ஒரு நிலம் சீனிக்கிழங்கு வெட்டியதோடு மண்ணாறிக் கிடந்தது. பல இடங்களில் தப்புக் கிழங்குகள் குத்துக் குத்தாக முளைவிட்டிருந்தன. கிழங்கு வெட்டியவுடன் உழுது தப்புக்கிழங்கு பொறுக்கவில்லை போலிருக்கிறது.

சுற்றிலும் தோட்டங்கள் இருந்ததால் பன்றிகள் வரத் தோதில்லை. பன்றிகள் வந்தால் எல்லாம் முண்டியெடுத்திருக்கும். கிழங்கு கிள்ளத் தெரியாத சின்னப் பயல்களுக்கு பன்றி முண்டினால் கொண்டாட்டம். மண்ணைக் கிள்ளிக் கிள்ளி நகக்கண் வலித்துப்போயிருப்பார்கள். கிள்ள வழியில்லாமல் பன்றிக்குப் பின்னால் போவார்கள். அது கஷ்டப்பட்டு முண்டி கிழங்கை எடுக்கப்போகும் நேரம் பார்த்து அதை விரட்டிவிட்டுக் கிழங்கை எடுத்துத் தின்பார்கள். முண்டி முடித்துக் கடைசியில் அமைதியாயிருக்கிறதென்றால் பன்றி கிழங்கைக் கண்டுபிடித்துவிட்டது என்று அர்த்தம். பயல்களுக்கு அதுதான் அடையாளம். சில பன்றிகள் கிட்டத்தில் அண்டவிடாது. உறுமி விரட்டும். அப்போது பார்க்கணும் பயல்கள் ஓட்டத்தை.

முளைக் கிழங்கு இனிப்பாயிருக்கும்.

காய்ந்த கம்பொண்ணு எடுத்து வந்து அரிவாளால் சீவிக் கூராக்கிான். நிறைய இடங்களில் கிள்ளினான். மண் தோண்டு வதற்குக் கம்பு தோதாயிருந்து. விரைவாகக் கிழங்குகளை எடுக்க முடிந்தது. அவ்வளவும் சிந்தாமணிக் கிழங்குகள்.

இவ்வளவு கிடைக்குமென்று எதிர்பார்க்கவில்லை. மண்ணைத் துடைத்துத் துண்டில் முடிந்துகொண்டான். வெறும் வயிற்றில் எல்லாவற்றையும் பச்சையாகத் தின்றால் வயிறு வலிக்கும். ஒரு கிழங்கை மட்டும் நன்றாகச் சீவிக் கடித்தபடி நடந்தான். கிழங்குச் சாறு இனிப்பாக உள்ளிறங்குகையில் வயிறு குளிர்ந்து கிடந்தது.

எதிரில் ஒரு ஊரைக் கடக்கணும். அதைத் தாண்டிவிட்டால் ஆலமரம் கிட்டத்தில். துண்டிலிருந்த கிழங்குகளைச் செடிக்குள் ஒளித்து வைத்துவிட்டு ஊருக்குள் நடந்தான். மதிய நேரம் ஆட்கள் அவ்வளவாக இல்லை. கடையைப் பற்றி ஒரு கிழவரிடம் விசாரித்தான். போய் தீப்பெட்டியும் கொஞ்சம் கருப்பட்டியும் ஒரு சோப்புக் கட்டியும் வாங்கித் திரும்பினான். யாரும் விசாரிக்கவில்லை.

கம்மாக் கரையேறி வளைவாக நடந்து ஆலமர நிழலில் நின்ற போது மண்டையிலிருந்து ஆவி கிளம்பிய மாதிரி இருந்தது.

பல இடங்களில் யானைப் பாதம் போல் ஆல விழுதுகள் தரையில் பதிந்திருந்தன. நாள்பட்ட ஆலமரம் கம்மாயின் அகன்ற வளைவை மறைத்துக் கூடாரங்கட்டியிருந்தது.

மேல்புறம் கரையை ஒட்டி அய்யங்கோயில். சுற்றிக் கோட்டைச் சுவர் ஓராள் உயரத்துக்கு. சின்னக் கோயில்தான். ஒரு சாமிமட்டும் கட்டிடத்துக்குள். மற்றச் சாமிகள் கோட்டைச் சுவருக்குள் ரெம்ப நின்றன. எல்லாவற்றுக்கும் பெரிசாக முன்னங்கால் தூக்கி வாயைப் பிளந்தவாக்கில் உயரமான குதிரை. அதன் அடிவயிற்றுப் பக்கம்

ஆள் நுழைகிறமாதிரி பொத்தல். செங்கல் வைத்து நிஜக்குதிரை மாதிரி எப்படித்தான் கட்டினார்களோ.

கோட்டைச்சுவரின் முன்பக்கம் இன்னும் உயரமான வாசல். இரும்புக் கதவு போட்டுப் பூட்டியிருந்தது. சாமிகளுக்குப் புதுத்துணி கட்டியிருந்தது. கொடை நடந்திருக்கும்.

கோயிலுக்கு முன் பொங்கல் வைத்த கறுப்புத்தடங்கள் ஏராளம். சுற்றுக் கிராமங்களுக்குப் பொதுவாயிருக்கும்.

மேல்பக்கக் கரைவழியாகக் கோயில் மச்சில் ஏறி, கோட்டைச் சுவரிலிருந்து கீழே குதித்தால்தான் இறங்க முடியும். அல்லது சுவர்க் கல்லிடுக்கில் கால் மிதித்து ஏறணும். அது வெளியே நன்றாகத் தெரியும். சந்தேகமாகிவிடும். கரைவழியாக இறங்குவதுதான் நல்லது. யாருக்கும் தெரியாமல் போகிற போக்கில் ஏறிக் குதித்துவிடலாம்.

கம்மாயில் தண்ணீர் அதிகம் கிடந்தது. கோயில் பக்கம் ஆட்கள் போக்குவருத்தில்லை. ஆலமரத்தைச் சுற்றித் தேடியும் சிறு கலயங்கூட அகப்படவில்லை. பக்கத்துக் கிடங்கில் உடைந்த பானையின் வாவளையம் மண்ணுக்குள் தெரிந்தது. மெல்லத் தோண்டியெடுத்தான். கம்மாயில் கழுவினான். பாதிப் பானை தேறியது. ஒருச்சாய்த்து வைத்தால் கணிசமாகத் தண்ணீர் பிடிக்கும்.

சீனிக்கிழங்குகளைக் கழுவிப் பானையோட்டில் போட்டுத் தண்ணீர் கோலி வந்து ஆலமரத்தோரம் பழைய அடுப்பில் கல் கூட்டி வைத்தான். இப்போது பசி அவ்வளவாகத் தெரியவில்லை.

கிழங்கை வேகவைத்துக்கொண்டே அடுப்போரம் குழி தோண்டி உருண்டைக் கல் பொறுக்கி கோலிக்காய் விளையாடினான். இரு கோலிக்காய் வைத்து இரு ஆளாக உருட்டினான். இடுப்பில் கைக் குண்டுகள் இருக்கும் ஞாபகம் வரவே கோலிக்காயை விட்டுவிட்டுக் கம்பு சம்பாரித்து கிட்டி விளையாடினான். அரிவாளையும் குண்டு களையும் ஆலமரத் தூரில் வைத்திருந்தான். அவனே பழமாகிக் கிட்டியடித்து அவனே எடுத்தும் ஊற்றினான். அண்ணன் அடிப்பது போலவும் அவன் எடுத்து ஊற்றுவது போலவும் நினைத்துக் கொண்டான்.

கிட்டி விளையாட்டில் அண்ணன் கெட்டி. யாரும் அவனை எடுத்து ஊற்ற வைக்க முடியாது. ஒரே தடவையில் பழமாகிவிடுவான். அவனுக்கு எடுத்து ஊற்றித் தவிக்கணும். அதனாலேயே யாரும் அண்ணனுடன் விளையாட மாட்டார்கள். அவன் மட்டும் வீம்பு பேசிக் கூப்பிடுவான்.

“பெரிய இவன்னா இண்ணைக்கு வெளையாட வாயேன். ஒன்னத் தவிக்கத் தவிக்க எடுத்து ஊத்தவைக்கனா இல்லையான்னு பாரு.”

அண்ணன் கோவப்பட மாட்டான். குறுஞ் சிரிப்பாகச் சிரித்து முனங்குவான்.

“எடுத்து ஊத்தவைக்கிற ஆளப் பாரு. பேசாமப் போயேன். வேலையைப் பாத்துட்டு.”

“வந்தால்ல இருக்கு. சின்னப் பெயலுக்குக் குசுவிப்போயிப் பேசுறதப் பாரு.”

ஆத்தா ஓரக்கண்ணால் கவனித்தபடி வேலைகளைச் செய்வாள்.

“ஏத்தா பாத்தயா. அண்ணன் கிட்டி வெளையாட எங்கிட்ட வர முடியல.”

ஆத்தா கேலியாகச் சொல்வாள்.

“ஏண்டா சின்னவங்கிட்ட நீ தோத்துருவயா.”

“தோக்கிறது இருக்கட்டும். எங்கூட வெளையாட வந்தா அழு தாலும் எடுத்து ஊத்தாம வுடமாட்டெடன். அப்படின்னாச் சம்மதமா.”

“என்னடா செலம்பரம், அண்ணன் இப்படிச் சொல்றான்.”

“வாய்ப் பேச்செதுக்கு. வெளையாட வந்தால்ல இருக்கு.”

இருவரும் ஊருணிப் பக்கம் விளையாடப் போனால் வழக்கம் போல் அண்ணனே பழமாகுவான். நாலஞ்சு தடவை எடுத்து ஊற்றி அலுக்க வைத்தபின் கேட்பான்.

“செலம்பரம் நீ வந்து அடி நான் எடுத்து ஊத்துறென்.”

“நாளைக்கு நல்ல கிட்டிக்குச்சும் கம்பும் சம்பாரிச்சிட்டு வந்து நான் பழமாகி ஒன்ன இழுத்தடிக்கனா இல்லையான்னு பாரு.”

“அப்ப இண்ணைக்கு வீட்டுக்குப் போவொம் வா. நாளைக்கு மலையிலருந்து கம்பு சம்பாரிச்சிட்டு வா.”

ராத்திரி சாப்பிடும்போது ஆத்தா கேட்பாள்.

“என்னடா செலம்பரம் அண்ணன் ஒரு மாதிரியா இருக்கான். கிட்டி எடுத்து ஊத்த வச்சிட்டயா.”

“இந்தக் கிட்டிக் கம்பு நல்லாவே அடிக்க மாட்டங்குத்தா.”

“அதான கேட்டெடன். நல்ல கம்பு சம்பாரிச்சுக்கிறவேணாமா. இண்ணைக்குத் தோத்துட்டயாக்கும். அப்பன்னா அலஞ்சு தவிச்சி

ருப்பயே. சோறு ரெண்டு வாயி கூடச் சாப்பிட்டுக்கோ. அப்பத்தான் செயிக்க முடியும்."

அப்போதும் அண்ணன் சிரித்துக்கொண்டே சாப்பிடுவான். ஒரு தடவையாவது அண்ணனைச் செயிக்கணுமென்று நினைத்தது முடியாமல் போய்விட்டது.

ஆலமரத்தடியில் கிட்டி விளையாடி முடித்தபோது அடுப்பில் நீர் வற்றிக் கிழங்கு வெந்து விரிந்திருந்தது. குச்சால் குத்திப்பார்த்தான். பச்சையில்லை. அடுப்பை அமர்த்திப் பானையை இறக்கி நீர் வடியும்படி சாத்தினான். கிழங்கு மணம் நன்றாயிருந்தது. நாலஞ்சை எடுத்துப் பிட்டு ஆலவேர்களில் ஆறவைத்தான். கருப்பட்டியில் பாதியை உடைத்துக்கொண்டு சுடச்சுடக் கிழங்குகளைத் தின்று முடித்துக் கம்மாயில் தண்ணீர் குடித்தபோது பெரிய ஏப்பம் வந்தது.

இனிப் பசிக்காது. ராத்திரிக்குக்கூடச் சும்மா கிடந்துவிடலாம். ஒரேயடியாக நாளைக்குச் சாப்பிட்டால் போதும். அய்யா வந்தால் மிச்சமிருக்கும் கிழங்கைக் கொடுக்கணும்.

ஆயுதங்களைக் கரைச் சரிவில் வைத்துவிட்டு வேட்டி சட்டைக்கு நன்றாகச் சோப்புப் போட்டுக் காய வைத்தான். குண்டுகளில் தண்ணீர் தெறிக்காதவாறு பார்த்துக்கொண்டான். கவனமாகச் சோப்புப் போட்டாலும் ஆயுதங்களின் மேல் கண்வைத்தபடி இருந்தான். அய்யா சொல்வார்.

"ராசநாகம் நவரத்ன முத்தக் கக்கி வச்சிட்டு அந்த வெளிச்சத் துலயே எற பெறக்குமாம். ஆள் வாடையடிச்சதும் ஓடிப் போயி முத்த விழுங்கிக்கிருமாம். அவ்வளவு எச்சரிக்க. முத்தத் தவற வுட்டுட்டாச் செத்துப் போகுமாம். அதப்போல நம்ம ஆயுதங்களக் கவனிச்சுக்கிறணும்."

காய்ந்த துணிகளை எடுத்துக் கட்டிக்கொண்டு கொஞ்ச தூரம் நடந்து போனான். பொட்டல் காடு நிறைய கிடந்தது. செவல் தரையில் குறண்டிச் செடிகள் பூத்திருந்தன. வேண்டிய மட்டும் பூப்பறித்துத் துண்டில் போட்டான்.

தங்கச்சிக்குக் குறண்டிப் பூவென்றால் பிரியம். ஆடு மேய்க்கிற நேரங்களில் பிடுங்கிக் கயிறு சம்பாரித்துப் பனை நிழலில் வைத்து ஒரு முழத்துக்குப் பின்னிக் கொண்டுவந்து கொடுத்தால் பெருமை யாகத் தலையில் வைத்துக்கொள்வாள். என்ன வேலை கிடந்தாலும் பூ வைத்துவிட்டுத்தான் ஆத்தா நகரணும். இல்லையென்றால் அழுதபடி அத்தையிடம் போவாள். அத்தை அவளை அலங்கரித்து வீட்டுக்குத் தூக்கி வரணும். எல்லாரும் நன்றாயிருக்கிறதென்று சொல்லணும். அதுவரை யாரையும் விடுவதில்லை. மாமா வீட்டில்

இல்லையென்றால் வருகிறவரை உறங்கமாட்டாள். நேரமானால் பூவைப் பிடித்தபடியே உறங்கிவிடுவாள்.

கோயிலருகே கிடந்த வாழை நாரை நனைத்துக் குறண்டிப் பூக்களைத் தொடுத்தான். பெரிய மாலையளவுக்குத் தொடுத்தான். அதைக் கொண்டுபோய் கோயிலுக்குள்ளிருந்த குதிரைக் கழுத்தில் கட்டி அழகு பார்த்தான். மாலை காற்றுக்கு அசையவும் குதிரை ஓடுவது போலிருந்தது. பார்க்க ஒரே சந்தோசம்.

கோயில் மச்சில் துண்டு விரித்துப் படுத்துக் கிடந்தான். கம்மாத் தண்ணீரில் அலைகள் சிறிசு சிறிசாக வந்து மறைவதை வேடிக்கை பார்த்தான். ஆத்தா அம்மியில் தேங்காய் அரைக்கும்போது இப்படித்தான் இருக்கும்.

கோயிலுக்கு மேல் கைக்கு எட்டுகிறாற்போல் ரெண்டு விழுது கள் தொங்கின. வாழை நார்களை நனைத்து வந்து விழுதுகளைக் கட்டினான். கம்புகளைப் பொறுக்கிப் பரண் மாதிரி குறுக்கும் நெடுக்குமாகக் கட்டினான். கிழிந்து கிடந்த ஓலைப்பாய்களைப் பரண்மீது விரித்தான். ஏறி உட்கார்ந்து மெல்ல ஊஞ்சலாடிப் பார்த்தான். தோதாயிருந்தது. அகலமான பரணாகையால் மூலை வசத்தில் படுத்து ஆடவும் முடிந்தது. படுத்துக்கொண்டு பார்த்தால் குதிரை மேலேறிப் பறந்து போவது போல் ஆகாசமாயிருந்தது.

பொழுது மேற்கே சாயச் சாய ஆலமரத்தில் கிளிகளின் சத்தம் அதிகரித்தது. மரப் பொந்துகளில் கிளிக் கூடுகள் நிறைய இருக்கும். ஏறிப் பார்த்தால் குஞ்சுகளைப் பிடிக்கலாம். பிடித்து வளர்க்கலாம்.

பொந்துகளில் குஞ்சு பிடிப்பது ஆபத்து. எலி அணிலைப் பிடிக்கவரும் பாம்புகள் பொந்துக்குள் இருக்கும். ஒரு தடவை பக்கத்தூர்ப் பையன் ஆடு மேய்க்கிறபோது கிளிக் கூடென்று பொந்துக் குள் கை விட்டிருக்கிறான். கையில் ஒரு தடவை கொத்தவும் கிளிக் குஞ்சென்று நினைத்து, “கொத்தவா செய்ற. இரு வாறென்” என்று சிரித்துக்கொண்டு மறுபடியும் கை விட்டிருக்கிறான். ரெண்டாவது ஒரு கொத்து. அவ்வளவுதான். மரப்பல்லிமாதிரி விழுந்துவிட்டான். பெரியாட்கள் போய் பொந்துக்குள் தரத்துக் கம்பை விட்டு பெரிய நல்ல பாம்பைக் குத்தியிழுத்திருக்கிறார்கள்.

பொழுதடைந்ததும் மரத்தில் குருவிக் கூச்சல் சகிக்க முடியவில்லை. இறங்கிக் கரைப் பக்கம் போய் வெளிக்கிருந்துவிட்டு வந்தான். நல்ல வேளை யாரும் கோவிலுக்கு விளக்குப்போட வரவில்லை. ஒரு வேளை வெள்ளி செவ்வாயென்றால் வந்திருப்பார்கள்.

மீதியிருந்த கிழங்கை மேலே எடுத்துவந்து மூலையில் வைத்தான். பரண்மீது ஏறி ஒருச்சாய்த்துப் படுத்துக்கொண்டான். இருட்டில்

விழுதுகள் மறைந்து அந்தரத்தில் தொங்குவது போலிருந்தது. கீழே ஆளருவத்தைக் கவனிக்கிறாற்போல் பரணை அசைக்காமல் படுத்திருந்தான்.

அய்யா நேரங்கழித்து வந்தார். தூரத்தில் வரும்போதே கவனித்து விட்டான். முதலில் ஆலமரத்தைச் சுற்றிப் பார்த்தார். கோட்டைச் சுவர் வாசலில் நின்று கவனித்தார். கரைப் பக்கம் வந்து கோயில் மச்சில் ஏறி உள்ளே எட்டிப் பார்த்தார். கரைப் பக்கம் பார்த்தார். தேடி முடித்துவிட்டுக் கோட்டைச் சுவரில் இறங்குவதற்காக மச்சிலிருந்து குனிந்து கால்வைக்கப் போனார். பரணிலிருந்து சத்தங் கொடுத்தான்.

"இங்கதான் இருக்கென்."

இறங்கி வந்தான்.

"என்னப்பா நீ, தேடித் தவிக்க வச்சிட்டயே. எங்க போயிப் படுத்திருக்கிறது. கெட்ட நேரத்துக்குக் கயிறு உருவிக்கிருச்சுன்னா என்னாகும்."

"வசமாக் கெட்டியிருக்கென். லேசுக்குள்ள உருவாது."

"நல்லாச் செஞ்சப்பா."

மச்சு மூலையில் உட்கார்ந்தார்கள். அய்யா சோர்வில்லாமல் இருந்தார்.

"போயித் திரும்பீட்டீகளே அதுக்குள்ள."

"எப்படியோ திரும்புனென். அதிருக்கட்டும், மத்தியானம் என்னமும் வயித்துக்குப் போட்டயா இல்லையா."

"நல்லாச் சாப்பிட்டனே. ஒங்களுக்கும் பங்கு வச்சிருக்கென்."

கிழங்குகளையும் கருப்பட்டித் துண்டையும் எடுத்துக் கொடுத்தான்.

"நல்ல சாப்பாடாச்சே, எங்க கெடச்சது."

"மொளக் கெழங்கு கிள்ளுனென்."

"யோசனையாச் செஞ்சிருக்க."

அவர் கிழங்குகளைப் பிட்டுப் போட்டார்.

"நான் சோறு வாங்கி வந்துருக்கென். சாப்பிடு நல்லா."

"நீங்க சாப்பிடலயா."

"சாப்பிட்டுட்டுத்தான் வாறென்."

“ரெண்டு பேரும் சாப்பிடலாம்.”

“எனக்கு இதுக்குமேல தாங்காது.”

அவன் சாப்பாட்டை முடித்தான். கரையில் இறங்கிக் கை கழுவிவிட்டு மேலேறினார்கள்.

“இது நல்ல எடமாருக்கே. இங்கயே படுத்துக்கிருவொம். உள்ள எறங்கிக் கஸ்டப்படவேணாம்.”

“நானும் அப்படித்தான் நெனச்சென்.”

துண்டுகளை விரித்தார்கள்.

அய்யா பீடி பற்றவைத்தார். அதை அமர்த்தி எறிந்துவிட்டு மல்லாக்கப் படுத்தார். அவன் அவரைப் பார்த்தபடி ஒருச்சாய்த்துக் கிடந்தான். ஆலமரத்தில் சிறுபிள்ளைச் சிணுங்கல் மாதிரி அவ்வப் போது முனங்கல்கள் எழுந்து அமுங்கின.

அவன் பேச்சுக் கொடுத்தான்.

“போன வெசயம் என்னாச்சு.”

“ரூவாயக் குடுத்துட்டான்.”

“எல்லா ஆட்டவும் வித்தாச்சா.”

“மாமாவ வச்சு வித்துருக்கான். நேத்து ஆத்தாட்டயும் சொல் லீட்டென்.”

“அவசரச் செலவுக்கு இல்லாற சொத்து எதுக்கு. இண்ணைக்கு மாமாவப் பாத்தீகளா.”

“நேத்துப் பேசினதோட சரி.”

“ஊருக்குள்ள போயா.”

“உள்ள போகல. அடிவாரத்துல மொட்டக் கல்லுக்குக் கீழ உக்காந்து பேசினொம். மாமாவோட மணியக்காரரு வேற நாலஞ்சு பேரு வந்திருந்தாங்க.”

“என்ன சொன்னாங்க.”

“என்ன சொல்லுவாங்க. இப்படியே அலைய வேணாம் ஆசரா யிருங்கன்னாங்க. ஆசராயிறலாம் எடுத்து நடத்துறதுக்கு ஆளு வேணுமேன்னு கேட்டென். மணியக்காரரு கேக்காரு ஒளிஞ்சுக்கிட்டு அலஞ்சாப்புல எடுத்து நடத்தீற முடியுமான்னு.”

“ஒடனே ஆசராகச் சொல்றாங்களா.”

“நாளைக்கு.”

“நம்மூருலயா.”

“அங்க கோர்ட் ஏது. கோர்ட்லதான் ஆகணும். டேசன்ல ஆனா அவங்க அலஞ்சு தவிச்சு நம்மளப் புடிச்ச மாதிரி பெரிசா கையில வெலங்கு மாட்டிக் கொண்டுபோவான்.”

“வெலங்கு ஏன் மாட்டணும். தப்பி ஓடீருவாகளா. ஓடுறவுங்கன்னா தானாப் போயி ஏன் ஆசராகணும்.”

“எல்லாருக்கும் முன்னால அவங்க புடிச்சதாக் காட்டிக்கிறணுமாம்.”

“அதுக்குத்தான் சொல்றென் வந்தது வரட்டும்னு ஒளிஞ்சிட்டே இருந்துறணும். கண்டுபுடிக்கட்டுமே. புடிச்சு வெலங்கு மாட்டட்டுமே.”

“அதுவரைக்கும் நம்ம குடும்பம் அலஞ்சு போகுமே.”

“அண்ணைக்கு வடக்கூராங்கிட்ட நான் மாட்டியிருந்தன்னா உசிரு போனதுதான. அப்படி நெனச்சுக்கங்க. ஒங்களுக்கு இனியொரு புள்ளையும் செத்துப் போனான்னு வச்சுக்கங்க. எந்தப் பெயலும் வந்து என்னப் புடிக்கிறதப் பாப்பொம். வேண்டிய மட்டும் வேட்டுச் சுத்தி வச்சுக்கிட்டு வாறவனெல்லாம் காக்கா குருவியத் தெறிச்ச மாதிரி எறிஞ்சு சாய்க்கனா இல்லையான்னு பாருங்க.”

“ஒன்னவும் பறிகுடுத்துட்டு நாங்க உசிரு வச்சு லாந்தவா. ஒனக்கு ஒரு கலியாணங்காச்சிய முடிச்சுப் பாத்துட்டாக் கவலையில்ல. பெறகு எனக்குத் தெகஞ்சபடி முடிவெடுத்துக்கிருவென். அந்த ஒரு காரியத்த யோசன பண்ணித்தானப்பா எல்லாம் தள்ளிப்போட்டுட்டே வந்தது. நீ என்னடான்னா...”

“கலியாணம் வேற கேக்குதா... நீங்க இப்படித்தான் பேசுவீக. நாளைக்கு எங்க ஆசராகணும்.”

“பக்கத்து ஊருல.”

“கிட்டயா.”

“கம்மாயத் தாண்டி ரோட்டுக்குப் போனா காரேறி ஒரு வீச்சுல போயிறலாம்.”

“வழி பண்ணீட்டீகளா.”

“மாமாவோட பேசி முடிச்சிட்டென். நாளைக்கு அவரும் அத்தையும் வருவாக. ஆத்தாவக் கூட்டீட்டு சின்னையா வருவாரு. பத்து மணிக்குப் போயிச் சேந்துட்டம்னா எல்லாரவும் பாத்துப்

பேசீட்டு, பதினோரு மணிக்குக் கோர்ட்டாரு வந்ததும் உள்ள மொழஞ்சிறலாம்."

"நம்மூரு போலீஸ்காரங்க ஆராச்சும் கோர்ட்ல நின்னா என்ன செய்றது."

"நம்மாளுக நிப்பாங்க. அப்பப்பப் பாத்துச் சொல்லுவாங்க. மாமா அங்கதான் இருப்பாரு."

"கோர்ட்லருந்து அப்படியே செயிலுக்குப் போகவேண்டியது தானா."

"ஆமா அங்கருந்து ரிமாண்டு பண்ணுவாரு. நேர செயிலு."

"கோர்ட்டாரு என்னமும் கேப்பாரா."

"என்ன வெசயம்னு கேப்பாரு. நடந்தத வாக்குமூலமாச் சொல்லீறணும்."

"நான் செல்லீருவென் நடந்தத. நீங்க என்ன சொல்லுவீக."

அய்யா புரண்டுபடுத்தார். கையை மடக்கித் தலைக்கு அணை கொடுத்தார்.

"நான் வெட்னன்னு சொல்லுவென்."

"ஒருத்தனப் போயி ரெண்டு பேரா வெட்னீகன்னு கோர்ட்டாரு சிரிக்கமாட்டாரா."

"நீ வெட்டலன்னு சொல்லு."

"பொய் சொல்லணுமா."

"நான் ஒத்துக்கிட்டா என்னோடயே போச்சு. ஒன்ன வெலக் கீறலாம். அவங்க ஆயிரம் பொய் சொல்லிக் கேசு போடுற போது நம்ம நல்லதுக்காகப் பொய் சொல்லித்தான் ஆகணும். அதுதான் தந்தரம்."

"செய்யாற குத்தத்தச் செஞ்சன்னு சொல்லி மாட்டிக்கிறது நல்ல தந்தரம். இப்பயே சொல்லீருங்க. நீங்க அப்படி ஒத்துக்கிறாப்புல இருந்தா நான் வரப்போறதில்ல. மீதி இருக்கிறவங்களத் தீட்டீட்டுப் பின்னால வந்துக்கிருவென். இல்ல வராமயே திரிவென்."

"நீயே ஒத்துக்கப்பா. ஏன் கொலசெஞ்சன்னு கேப்பாரு. என்ன சொல்லுவ."

"எங்கண்ணனக் கொன்னான். நான் அவனக் கொன்னன்னு சொல்லுவென்."

“ஆரும் தூண்டிவுட்டாகளான்னு கேட்டா.”

“வடக்கூரான ஆரும் தூண்டியா வுட்டாக. கோர்ட்டாரக் கேட்டா என்ன சொல்லுவாரு.”

“அவரென்ன சொல்லப்போறாரு. நம்ம குடுக்கிற வாக்குமூலத்த எழுதிக்கிறப்போறாரு.”

“எழுதீட்டுப் போகட்டும்.”

“கேசு நடக்கயில கோர்ட்ல சொன்னதுதான் நிக்கும்.”

“நிக்கட்டும்.”

“நம்ம கேசு ஒடஞ்சுபோகும். தந்தரமில்லாம நடந்துக்கிட்டம்னா தண்டிச்சிருவானே.”

“தண்டிக்கத்தான் செய்வான். ஆசராகப்போறது பெரிய தந்தரமாக்கும்.”

“அப்படியில்லப்பா. கொல செஞ்சது நீ. என்ன ஏன் எதிரியாச் சேக்கணும். அது பொய்தான. அப்படிப்பட்டவனுக்குத் தக்க நம்மளும் நடந்துக்கிறணும்.”

“கோர்ட்டாருட்டயே நான் ஒத்துக்கிறப் போறென். அப்பத் தெரியுமில்ல அவங்க தில்லுமுல்லு.”

“நீ ஒத்துக்கிட்டா என்ன வெளிய வுட்றணுமில்ல.”

“நாயமா வுட்றணும்.”

“வுடுவானா லேசுக்குள்ள. பொய்ச்சாச்சி சம்பாரிச்சுப் புளுகி உள்ள தள்ளுறதுக்கு வழி பாப்பான். அதுக்கும் கோர்ட்டாருதான் தண்டன சொல்லுவாரு.”

“அப்ப கோர்ட் எதுக்கு. இல்லாறதச் சொல்லி தண்டிக்கிறதுக்கா கோர்ட்டாரு இருக்காரு.”

“செய்யாற குத்தத்துக்குத் தண்டன அனுபவிக்கிறவன் எத்தன பேரு தெரியுமா. குத்தம் செஞ்சவன் பணத்தக் குடுத்து வெளிய வந்துருவான்.”

“அப்படி அநியாயமாத் தண்டன குடுக்கிற கோர்ட்டார வச்சுப் பாக்கலாமா. செய்யாற குத்தத்துக்குச் செயிலுக்குப் போறதவிட அந்த எடத்துலயே அவன் தலையக் கீழ உருட்டீட்டு உள்ள போறது.”

“பொய்க் குருதைக்குள்ள ஆட்டக்காரன் இருந்த மாதிரி கோர்ட்டாரு உக்காந்துக்கிட்டு வாறவன வெசாரிச்சா எப்படி. சங்கதி நடந்த

எடத்துக்குப் போயி நாலு சனங்கள நேருல வெசாரிக்கணும். அப்பத்தான் நாயம் எதுன்னு தெரியும். இதென்னடான்னா கோழிமுட்டைக்கு ரோமம் புடுங்குனது போல மெனக்கிட்டு வெசாரிச்சு வாய்தா மேல வாய்தா போட்டு இழுத்தடிப்பான். ஒவ்வொரு வாய்தாவுக்கும் கோர்ட்ல நிக்கிற சேவகன் இன்னாரு வா அன்னாரு வான்னு கத்திக் கூப்புடுறதுக்குக் கைய நீட்டுவான். மொதத் தச்சண வச்சிட்டுத்தான் உள்ள போகணும் அங்க நாயங் கெடைக்கும்னு நெனச்சுக்கிட்டு. எல்லாப் பெயலும் சேந்து கேலிக் கூத்து நடத்துறானா சும்மாவா. வேல மெனக்கிட்ட பெயக. என்னக் கேட்டா கோர்ட் மயிரு மட்ட ஒண்ணும் இருக்கக் கூடாது. ஒருத்தன் அநியாயம் பண்றான்னா மத்த சனங்க சேந்து சுடச்சுட அந்த எடத்துலயே தண்டன குடுக்கணும்."

"சின்னிங் பேக்டரிக்காரன் அத்தனபேரு கண்ணுக்கு முன்னாலயும் சுட்டான். அவனுக்கு ஆரு தண்டன குடுத்தாங்க."

"சனங்க என்ன செய்வாங்க. வெறும் ஊணிக்கம்ப வச்சுக்கிட்டு. அண்ணைக்கு முன்னால போனாங்களே வாய் கிழியக் கத்திக்கிட்டு, அவங்களச் சொல்லணும். சுட்டுப்போட்ட பொணத்த எடுத்துக்கிட்டுத் தெருத் தெருவாப் போறதுக்கும் அவந்தான் முன்னால நிக்கான். கேடுகெட்ட பெயக."

"கூட்டுக் களவாணிப் பெயக."

"அதான் சொன்னென் நம்மளும் தந்தரமா நடந்துக்கிறணும்னு."

"பொய் சொல்லச் சொல்றீகளா."

அய்யா மீண்டும் மல்லாக்கப் படுத்துக் குத்துக்கால் வைத்தார்.

"சமயத்துக்குச் சொல்லித்தான் ஆகணும்."

"எப்படி."

"நீ கொல செய்யலன்னு. சின்னப் பெயலுக்கு அருவாளக் கூடப் புடிக்கத் தெரியாது. கொலசெய்றதுக்கு தைரியம் ஏதுன்னு சொல்லணும்."

"ஒங்களக் கேட்டா."

"அந்தக் கொலைக்கும் எனக்கும் சம்பந்தமே இல்லம்பென்."

"சம்பந்தமில்லன்னா வீட்ல கெடக்காம இங்க வந்து ஏன் ஆசராகணும்னு கேட்டாருன்னா."

"நாங்க இல்லாற நேரம் போலீஸ்காரங்க வந்து தேடியிருக்காங்க. அதனால பயந்துபோயி வீட்ட வுட்டுக் கௌம்பி வந்துட்டொம். எங்களவும் சேத்துருப்பாங்களோன்னு சந்தேகம்."

“கேசு நடத்தணுமோ. என்னாகும்.”

“கேசு ஒண்ணும் ஆகாது. இருட்ல நடந்த கொலைக்குப் பல மில்ல. சாச்சிய வச்சுப் பலப்படுத்துவான். சாச்சி சொல்றவங்கள நம்ம தெருப் பையங்களே கவனிச்சுருக்கிருவான். ஒண்ணு போலப் பேசிவச்சிருக்காங்க. மாமா இதுக்குள்ள நல்ல வக்கீலப் புடிச்சிருப்பாரு. என்ன பாடுபட்டும் நம்மள சாமீன்ல எடுத்துருவாங்க. எடுத் தாச்சுன்னா கேசு நடத்திச் செயிக்க வேண்டியதுதான். செயிச்சிட்டா விடுதலையாகிப் போகும்.”

“விடுதலையாகலன்னா.”

“நமக்குக் குடுத்துவச்சது செயிலு.”

“அதுக்குச் செலவழிச்சு கேசு நடத்திப் போகணுமாக்கும்.”

“ரெண்டுல ஒண்ணு பாக்காம இருக்க முடியுமா.”

“பாருங்க.”

அவனுக்கு உள்தொண்டை நமைச்சலெடுத்தது. வெளிவந்த இருமலை அடக்கினான். அய்யா அவனிடம் திரும்பினார்.

“என்னப்பா இப்பபடி கட்கட்னு இருமுற. தடுமம் வசமாகப் புடிச்சிருக்குதே. சளி நெஞ்சுல தாவீருச்சுன்னா இருமலு வலுத்துக்கிரும். கண்டகண்ட தண்ணியக் குடிச்ச வென. இதுல சாப்பாடு நேரத்துக்குக் கெடையாது. மண்டையடிக்குதா.”

“லேசாத் தடுமம் புடிச்சிருக்கு.”

“இங்கயே இப்டின்னா செயிலுக்குள்ள போடுற சோத்தத் தின்னுட்டுச் சமாளிக்கணுமே. சோறாவா போடுவான்... ஒன்னச் சொல்லிக் குத்தமில்ல. எம் புத்தியச் செருப்புட்டுப் போடணும்.”

“இப்ப என்னாகிப் போச்சு.”

“ஒண்ணுமில்ல. நல்லா ஒறங்கு. நாளைக்கு ஒறக்கச் சடவோட போகக் கூடாது. எவ்வளவு இருந்தாலும் சொதாரிப்பாப் போகணும். வீணா ஒறக்கத்தக் கெடுத்துறாத. விடிஞ்சபெறகுகூட இந்தப் பக்கம் ஆளுக வரமாட்டாக. எவ்வளவு நேரம்னாலும் ஒறங்கி எந்திரிக்கலாம்.”

அய்யா பிறகு பேச்சைத் தொடரவில்லை. ரெண்டு தடவை பெருமூச்சு விட்டார்.

அவன் உறங்குவதற்கு உடம்பைத் தோதுப்படுத்தினான். கைகால் அசதியாயிருந்தது. இந்த அசதிக்கு நன்றாக உறக்கம் வரும்.

8

அவர்கள் எழுந்திருக்கு முன்பே ஆலமரம் காலியாகியிருந்தது. காரியங்கள் முடிந்து கம்மாயில் தலைமுழுகி அலுப்புத் தீரக் குளித்தார்கள். தண்ணீரில் முங்கியெழுந்து அவனுக்குக் கண்ணெரிச்சல் அடங்கியது.

இடுப்பில் ஈரத் துண்டுகளுடன் கோயிலுக்கு முன்னால் மூணு முறை விழுந்து கும்பிட்டார்கள். வாசலில் மண்ணள்ளி நெற்றியில் பூசிக்கொண்டார்கள். துணியுடுத்தித் துண்டுகளைக் காயப்போட்டவாறு ரோட்டை நோக்கி நடந்தார்கள்.

கம்மாயோரம் நடந்தால் ரோட்டுக்குப் போய்விடலாம். வெள்ளாமைகள் அறுவடையாகியும் நிலத்திலுமாக இருந்ததால் ரோட்டுக்கான ஒத்தையடி ப் பாதை சீராயில்லை. அந்தந்த இடத்துக்குத்தக்க வழி கண்டுபிடித்துப் போனார்கள்.

பின்னால் சென்ற அவன் கேட்டான்.

"ரோட்டு வழியே நடந்துருவமா."

அய்யா திரும்பினார். முகத்தில் கருப்பும் நரையுமாகக் கலந்து முடி வளர்ந்திருந்தது.

"நடந்தா நேரமாகிப் போகும். காருக்குப் போகணும். கொஞ்ச நேரத்துல எறங்கீறலாம். மாமா அத்த மத்த ஆளுக காத்துட்ருப்பாக."

"இதுக்குள்ள ஆத்தா வந்துருவாளா."

"அவளுக்கு ஒரே காரு. சின்னையா கூட்டீட்டு வந்து சேந்துருவாரு."

"சித்தியுமா."

"அவ வாறென்னுதான் சொன்னா. பச்சப் புள்ளக்காரி வேணாம்னு ட்டென்."

"ஆத்தாவ மாமாவோட அனுப்பி வச்சிறலாம்."

"அனுப்பீறணும்."

"நாயி என்ன செய்தோ. மெலிஞ்சு போயிருக்கும். கெட்டிப் போட்டா துடிச்சிட்டுக் கெடக்கும். அத்த மெலியவுட மாட்டான்னு நெனைக்கென்"

"ஆத்தா போயிட்டாத் தெம்பாருக்கும்."

"தங்கச்சியோட நல்லா வெளையாடும்."

"வீட்ட ரெம்ப இடிச்சுப்புட்டானோ என்னமோ. சரிப்படுத்தணும்."

"நம்ம ஆப்புடலன்னா வீடென்ன செய்யும்."

ஒரு நிலத்தில் ரெண்டு பேர் திரிந்ததைப் பார்த்து பேச்சை நிறுத்திவிட்டு வேகமாக நடந்தார்கள். நடந்து போனதும் அய்யா கேட்டார்.

"வேட்டி சட்டையைத் தொவச்சயா நல்லாருக்கே."

"நேத்து சோப்புப்போட்டென்."

"அத்த துணிமணி கொண்டுவருவா, உடுத்திக்கிறலாம். உடுத்திக்கிட்டு எதாச்சும் சாப்பிட்டம்னா நேர கோர்ட்டுக்கு நடக்கலாம்."

"கடையில சாப்பிடணுமா."

"ஒன் அத்தையா வுடுவா. செஞ்சு கொண்டுவந்துருப்பாளாக்கும்."

"கோர்ட்டுக்கு ரெண்டு பேரும் ஒண்ணாப் போனா சந்தேகமா நெனைக்க மாட்டாங்களா."

"ஒருத்தொருக்கொருத்தரு தெரியாதவங்க போல சுளிவா உள்ள போகணும். ஆரு தடுத்தாலும் நிக்கக் கூடாது. எதுப்புல போலீசு புடிச்சாக்கூட நாந்தான் மலங்காட்ல தேடிப் புடிச்சன்னு பீத்துவான். அலஞ்ச நாளு அலஞ்சிட்டு கடசி நேரத்துல அவங் கையில ஆப்புடலாமா."

"வலியப் போயி ஆப்புடப் போறொம். ஆருட்ட ஆப்புட்டா என்ன."

"புத்திகெட்டு ஆப்புடலயே."

அய்யா நின்றார்.

"புத்தியோடதான் போறொம். நடங்க... உள்ளருந்து வெளிய வந்துக்கிறென். ஒவ்வொருத்தன் தலையும் கோயிலுக்கு முன்னால உருளும்."

"மொதல்ல வெளிய வந்துக்கிருவொம்."

ரோட்டை நெருங்கியிருந்தார்கள். கார்ப் போக்குவருத்து நன்றாகத் தெரிந்தது. அவன் அய்யாவை நெருங்கினான்.

"ஆயுதங்கள எங்க வைக்கிறது."

"மாமாகிட்டக் குடுத்துறணும். கொண்டுபோயிருவாரு."

"அருவாள நல்லாத் தொவஞ்சு பதம்புடிச்சு வச்சிருக்கச் சொல்லணும்."

வடக்கிலிருந்து கார் வந்துகொண்டிருந்தது.

"காரு வருதுப்பா. வா ஓடிப் புடிச்சிறலாம்."

அய்யா ஓடத் தொடங்கினார்.

ஆயுதங்களைப் பத்திரமாகப் பிடித்துக்கொண்டு அவன் பின்னால் ஓடினான்.

◯

டிஸ்கவரி பப்ளிகேஷன்ஸ்
பூமணியின் பிற நூல்கள்

நாவல்கள்

1. பிறகு
2. நைவேத்யம்
3. வாய்க்கால்
4. வரப்புகள்.
5. கொம்மை

சிறுகதைகள்

1. பூமணியின் மொத்த சிறுகதைகள்

மொழிபெயர்ப்பு சிறுகதைகள்

1. வன அதிகாரியின் காதல்